இவன்தான் பாலா

எழுத்தாக்கம். ரா. கண்ணன்

இவன்தான் பாலா	:	வாழ்வனுபவங்கள்
ஆசிரியர்	:	பாலா
எழுத்தாக்கம்	:	ரா. கண்ணன்
	:	© ஆசிரியருக்கு
முதல் பதிப்பு	:	ஆனந்த விகடன்
வம்சியின் முதல் பதிப்பு	:	டிசம்பர் 2019
அட்டை வடிவமைப்பு	:	பி.எஸ். வம்சி
வெளியீடு	:	வம்சி புக்ஸ்
		19, டி.எம்.சாரோன்,
		திருவண்ணாமலை - 606 601
		9445870995, 04175 - 235806
அச்சாக்கம்	:	மணி ஆப்செட், சென்னை - 600 077
விலை	:	₹ 150/-
ISBN	:	978-93-84598-68-6

Ivanthaan Bala	:	Life Experiences
Author	:	Bala
Penned by	:	Ra. Kannan
	:	© Author
First Edition	:	Aanandha Vikatan
First Edition from Vvamsi Books	:	December - 2019
Wrapper Design	:	B.S. Vamsi
Published by	:	Vamsi books
		19.D.M.Saron,
		Tiruvannamalai - 606 601
		9445870995, 04175 - 235806
Printed by	:	Mani Offset, Chennai - 600 077
	:	₹ 150/-
ISBN	:	978-93-84598-68-6

www.vamsibooks.com - e-mail: vamsibooks@yahoo.com

நன்றி

ஆனந்த விகடன் குழுமம்...

ஆனந்த விகடன் பதிப்பிற்கான முன்னுரை

"ஆமாமா... இவரு பெரிய மகாத்மா... சுயசரிதை எழுத வந்துட்டாரு!" என்று எக்கச்சக்க விமர்சனங்கள்.

"சார், ரொம்ப உற்சாகமும் நம்பிக்கையும் குடுக்குது சார்!" எனச் செல்லுமிடமெல்லாம் பாராட்டுகள்.

'இவன்தான் பாலா'வினால் நான் இவை இரண்டையுமே ஒரே நேரத்தில் சந்தித்தேன். ஆனால், நான் என்னைப் பந்தி வைத்ததற்கு இந்த இரண்டுமே காரணம் இல்லை.

சாதித்துவிட்டேன் என்ற மார்தட்டிக்கொள்வதில் எனக்குச் சம்மதமில்லை. தன்னம்பிக்கைக் கட்டுரை எழுதுவது என் வேலையுமில்லை. எனக்குத் தொழில் சினிமா!

என் பட நாயகர்களைப் போலவே நானும் எளியவன். கரடுமுரடான வாழ்க்கை பார்த்து வளர்ந்தவன். அடையாளம் காணப்படாமலேயே அழிந்து போயிருக்க வேண்டியவன். ஒரு மூன்றுமணி நேரத் திரைப்படம் போல, உங்கள் முன் என் கதையையும் வைத்தேன். அவ்வளவே!

யாரும் யாருக்கும் எதுவும் சொல்லித் தந்துவிட முடியாது. பிழைக்கக் கற்றுத் தரலாம். வாழ்வு அவரவர்களுடையதே. 'சுயமே சத்தியம். சுயமே உன்னதம்' என்று நம்புபவன் நான்.

'பாரதீனம் ப்ராணசங்கடம்..' யாரையும் எதற்காகவும் சார்ந்திருக்கக் கூடாது என்பது வாழ்க்கை எனக்குக் கற்றுத் தந்த அனுபவம்.

என்னையே எடுத்துக்கொள்வோமே....

ஒரு திரைப்பட இயக்குநருக்குரிய அடிப்படை இலக்கணங்களில் அடங்க மாட்டேன். இலக்கியப் பரிச்சயம் பெரிதாகக் கிடையாது. உலகத் திரைப்படங்கள் ஓடி ஓடிப் பார்த்ததும் கிடையாது. மொத்தத்தில் பெரிய ஞானஸ்தனும் இல்லை. ஆனால் எனக்குத் தெரிந்ததெல்லாம் வாழ்க்கை. அது வழிநெடுகிலும் அள்ளி அள்ளித் தந்த அனுபவங்கள்.

அனுபவம்தான் என் சொத்து! அதை லட்சக்கணக்கான இதயங்களுடன் பகிர்ந்துகொள்ள விரும்பியபோது அற்புதமான வாகனமாக அமைந்தது 'விகடன்'.

ஒரு அறைக்குள் அமர்ந்துகொண்டு, ஒரு மிகப்பெரிய சாம்ராஜ்யத்தைக் கட்டி ஆளும் விகடன் ஆசிரியரை எனக்கு மிகவும் பிடிக்கும். காரணம், அவரது எளிமை.

எளிமைதான் எல்லாவற்றிலும அழகானது என்பது எப்போதும் என் நம்பிக்கை.

விகடன் பொறுப்பாசிரியர், என் நண்பர் ரா. கண்ணனின் மொழிநடைத் தொடரை இன்னும் ஈரமாக, இன்னும் ஆழமாக எடுத்துச் சென்றது.

ஒவ்வொரு வாரமும் உலகமெங்கிலுமிருந்து எனக்கு கடிதங்கள், தொலைபேசி அழைப்புகள் வந்தவண்ணமிருக்கு. யார் யாரோ என்னைத் தேடிவந்து பார்த்துப் பேசும்போதெல்லாம் ஒரு கணம் சிலிர்த்துப் போவேன்.

ஒரு பத்திரிகைத் தொடருக்கு இவ்வளவு பெரிய சக்தியா?!

விகடனின் வாசகன்தான் நான்.

ஆனாலும், விகடனின் வீச்சை முழுமையாக அறியாதவன். அறிந்துகொள்ளவும் சமீபத்தில் ஒரு வாய்ப்பு வந்தது.

சில காலமாகவே எனக்குத் திருமணம் செய்து வைக்க, பெண் பார்த்துக் கொண்டிருந்தார்கள். சினிமாவை ஒரு பொழுதுபோக்காக, அத்தனை ஆர்வமாக ரசிக்கிற மக்கள், இன்னொரு பக்கம் சினிமாக்காரர்களைத் தங்கள் வாழ்க்கையில் சேர்த்துக்கொள்ளத் தயக்கம் காட்டுகிறார்கள். சமயத்தில் பலருக்கு வாடகைக்கு வீடு கிடைப்பதுகூட சிரமம்.

இதோ, இப்போது எனக்கென ஒரு பெண் பார்த்துவிட்டார்கள். விரைவில் திருமணம்...

எனக்கு மனைவியாக வரப்போகிற பெண்ணிடம் தொலைபேசியில் முதன்முதலாகப் பேசினேன்...

''பெரியவங்க பேசி முடிவு பண்ணதெல்லாம் இருக்கட்டும்... என்னைக் கல்யாணம் பண்ணிக்கற துணிச்சல் உனக்கு எப்படி வந்துச்சு?''

ஒரு கணம் தயங்கியவள், ஒரே வரியில் சொன்னாள்.

''விகடன்ல உங்க கதை படிச்சேன்....!''

நன்றி.

பாலா

கரைந்துருகவும் தெரிந்த பாறையிடை சுனைநீர்

பாலா...

இந்த பெயர் எல்லா இளவயதினர் மத்தியிலும் ஏற்படுத்தியிருக்கும் அதிர்வு சொல்லில் அடங்காதது. சினிமா விரும்பிகள் அவரின் நிழலைக் கூட வணங்குபவர்கள். சினிமா விமர்சகர்களின் பார்வையில் எப்போதுமான இயக்குனர். ஒரு பகுதி ஆட்களுக்கு, இவர் படங்களில் எவ்வளவு வலி, துயரம், வன்முறை, கொடூரம், வன்மம் என்பதான விமர்சனம். முரட்டு ஆள், கோபக்காரன், எடுத்தெறிந்து பேசுவார், சுனை மாதிரி பிரியம் வைத்திருப்பவர், சமூகத்தின் உண்மையான முகம் எல்லாமும் எல்லாமும்தான். ஆனால் எனக்கு அண்ணன்.

ஆமாம் எனக்கு பாலாண்ணன்தான். இந்திய ஒளிப்பதிவு மேதை பாலுமகேந்திராவின் பிள்ளைகள் நாங்கள் இருவரும் என்பதால் எனக்கு அவர் பாலாண்ணன்.

ஒருபோதும் வாழ்வில் நான் எதிர்கொள்ளக் கூடாதென நினைக்கும் ஒரு மோசமான காலையில் பாலாவிடமிருந்து ஒரு தொலைபேசி அழைப்பு, ''இப்ப கௌம்பினா சரியாயிருக்கும்''. வார்த்தையின் கணம் புரிய சில நொடிகளானது. பாலுமகேந்திரா போன்ற மேதைகளுக்கெல்லாம் மரணம் வராது என்று என் சின்ன மனசு நம்பியிருந்தது. அதை எதிர்கொள்ள முடியாமல் நான் தவித்தபடி சென்னைக்குப்போய் சேர்ந்து பக்கத்து வீட்டு போர்ட்டிகோ வாசலில் உட்கார்ந்திருந்த பாலாவிடம், ''அண்ணா எனக்கு எதுவுமே வேண்டாம், சார் வச்சிருப்பாரே ஒரு பேக், அதிலிருந்த எல்லாத்தையும் அவங்க வீட்டு ஆட்களுக்கு கொட்டி குடுத்திட்டு அந்த பேகை மட்டும் எனக்கு வாங்கித் தருவீங்களா'' என்று அழுது கொண்டே கேட்டேன்.

"எம்முன்னாடி இப்படி அழாதம்மா, என்னால பாக்க முடியல" என்றவர் தலையில் கை வைத்து ஆறுதல் சொன்னார்.

ஆனால் பதினைந்து நாட்களுக்குப் பிறகு நண்பரின் காரில் பொக்கிஷமாய் எனக்கொன்றை கொடுத்தனுப்பினார். அது பாலு மகேந்திராவின் அஸ்தி. குறிப்பிட்ட நாளில் அஸ்தியை சேகரித்து அவர்களின் வீட்டில் பேசி என்னைப் புரிய வைத்தபின் மூன்றாய் பிரித்து ஷங்கி மகேந்திரா, பாலா, எனக்கு என கொடுத்தனுப்பப் பட்டிருந்தது. அந்த நிமிடத்தின் சிலிர்ப்பை வார்த்தைகளில் வடிக்க முடியாமல் இன்னும் கூட நான் தவித்தபடிதான் இருக்கிறேன். எங்கோ இலங்கையில் பிறந்த பாலுமகேந்திரா என்ற கலைஞனின் உடல் சாம்பலாக்கப்பட்டு திருவண்ணாமலையின் கடைக்கோடி ஓரத்தில் அன்பின் நிமித்தம் எங்கள் நிலமெங்கும் பரவி இந்த பிரபஞ்சத்தில் கலந்தது அற்புதம்தான்.

இதை சாத்தியமாக்கிய பாலாண்ணனுக்கு நான் என்ன சொல்லிவிட முடியும். சில துளி கண்ணீரும் உதடு துடிக்கும் மௌனமும் மட்டுமே.

அதன் பிறகான பல சந்திப்புகளில் பேசிப் பேசி தீராத கதைகள் ஏராளம். கடந்த முறை வீட்டிற்கு வந்தபோது மிகவும் வித்தியாசமான கனிந்த பாலாண்ணனைப் பார்த்தேன். வீட்டிலிருந்து போகவே மனசு வராமல் எல்லா இடங்களையும் பார்த்து உட்கார்ந்து பேசி என பிரியவே தோன்றாத நொடிகளைச் சுமந்து பின் மெல்ல வாசல் இறங்கி பிரதான சாலைக்கு வந்து, "ம்மா எங்க வாத்தியார் மாதிரி சொல்லவெல்லாம் எனக்கு தெரியாதும்மா, நான் மட்டும் எங்க போயிடப் போறேன், இங்கதாம்மா வருவேன் கடசீல" என்று கண் கலங்கி நின்ற பாலாண்ணன்.

வார்த்தைகளையும் நிகழ்வுகளையும் மனதுக்குள் பொத்தி வைத்திருக்கேன் அண்ணா.

ஆனந்த விகடனிலிருந்து சில புத்தகங்களை கொண்டு வரும் முயற்சியில் 'வம்சி' ஈடுபட்டபோது ''இவன்தான் பாலா'' புத்தகத்தையும் வெளியிட விரும்பி அண்ணனிடம் கேட்ட நொடியில் அப்படியே சம்மதித்தார். ஒரு புத்தகம் மட்டும் பிரதி எடுத்து அனுப்புகிறேன் என்று சொன்னதற்கு, ''வேண்டாம்மா நான் தான் உங்களோட புக்ஸெல்லாம் பாக்கறேனே, ரொம்ப நல்லா கொண்டு வரீங்களே, நல்லா செய்ங்க'' என்ற அண்ணனின் பிரியத்திற்கும் நம்பிக்கைக்கும் என் உழைப்பை சமர்ப்பிக்கிறேன்.

இதற்கெல்லாம் எனக்கு துணையாய் நின்று நான் கேட்கும் ஒவ்வொரு கேள்விக்கும் பொறுமையாய் பதில் சொல்லி இந்த புத்தகத்தின் செழுமைக்கு உதவி, தன் எழுத்தாக்கத்தால் பல ஆயிரம் மனதைத் தட்டி உள்புகுந்து, சிம்மாசனமிட்டு உட்கார்ந்திருக்கும் என் இனிய நண்பர் ரா.கண்ணன் இல்லையென்றால் இதெல்லாம் சாத்தியமில்லை. அவருக்கு என் அழுத்தமான கை குலுக்கலும் நிபந்தனையற்ற அன்பும்.

பாலாண்ணனின் உதவி இயக்குனர்கள் அட்டைப்படத்தை வடிவமைத்த மகன் வம்சி, பேருவுவகையாய் புத்தக வடிவமைப்பு செய்த மோகனா, இதுவரை வந்த எல்லா பதிப்புகளையும் தந்து உதவிய ஜின்னா பிரபு, சுகந்த்ராஜ், உத்ரா என எல்லோருக்கும் என் அன்பு.

எளிமையான அன்போடு,

கே.வி. ஷைலஜா

kvshylajatvm@gmail.com

தமிழ் வாழ்வின் அசல் கலைஞன்...

திருவண்ணாமலையில் மரங்களடர்ந்த அருணை ஆனந்தா ரிசாட்டில் 101-ம் அறை எப்படியோ என் நினைவில் உறைந்துவிட்ட ஒரு ஜீவனுள்ள உயிரியானது, இயக்குநர் பாலுமகேந்திராவால்தான்.

அந்த அறையின் பின் பக்கக் கதவைத் திறக்கும் விநாடி நம் எதிரே எங்கள் மலை விஸ்வரூமமெடுத்து நிற்கும் என்னை வரைந்து கொள், என்னுள் புதைந்துக் கொள், என்னை உன்னில் புதைத்துக் கொள் என்றெல்லாம் ஒரு காதலியின் காமமேறிய விநாடியைப்போல் அது தவிக்கும்.

நானும், சாரும் சூடான தேநீர் கோப்பைகளோடு அதன் தவிப்பை ரசிப்போம். அப்போது நிகழ்ந்த உரையாடல்கள் எங்கள் இருவருக்கும் மட்டுமானது. அதன் ஞாபகங்களில் கொஞ்சத்தை இப்போது அவர் ஆசிகளோடு கிள்ளி எடுத்துக்கொள்கிறேன்.

''பாலா படங்களை பிடிக்குமா பவா?''

''பிடிக்காதுன்னு சொல்ல முடியாது சார், செயற்கைத்தனமில்லாத ராவான தமிழ் வாழ்க்கை'' இதுநான்.

''ஆனா Fully violence, அதீத வன்முறை'' மௌனம். தேநீர் உறிஞ்சும் சப்தம். இருவருக்கும் மட்டும் மாறிமாறிக் கேட்கும்.

அவனே அப்படித்தான். முரட்டுத்தனமான... வார்த்தைகள் கிடைக்காமல் தடுமாறுகிறார். ஆனால் அடுத்த சொல்லையும் அவரேதான் கொண்டு வருகிறார்.

''முரட்டுத்தனமான அன்பு.''

''பேரன்பா சார்?''

"இல்ல இது வெறித்தனம்"

பாலாவை பாலுமகேந்திரா சார் இப்படித்தான் தன் மனதுக்குள் ஏற்றியிருந்தார்.

ஆனால் எங்களுக்குள் நடந்த எல்லா சந்திப்புகளிலும் அவர் கனிந்துதான் இருக்கிறார். எங்கள் வீட்டு மொட்டைமாடியில் காயப்போட்டிருந்த விதை மல்லாட்டையை ஒரு குத்து அள்ளிக் கொறித்துக்கொண்டே அவருக்கும் அவர் அப்பாவுக்கும் (பாலுசார்) உள்ள நேசத்தையும், முரண்பாடுகளையும் ஓரிரு வார்த்தைகளில் சொல்லும்போது நான் அவரையே அவதானித்துக் கொண்டிருந்தேன்.

"நானல்லாம் ஒண்ணுமில்லாதவனா ஆயிருப்பேன் பவா, அவர் தான் என்னை மோல்ட் பண்ணார். அவரைப் பார்க்கறதுக்கு முன்னாடி, ரசனை, மென்மை, அழகியல் இதையெல்லாம் வார்த்தையா கூட நான் உணர்ந்ததில்லை. ஒரு நாளும் அவர் எனக்கு நேரடியா Teach பண்ணல்லை. ஆனா அவரை விட நல்ல டீச்சர் எனக்கில்லை."

"......................"

"என் வாழ்க்கை பொரண்டுடிச்சி பவா"

இது பாலா, அவர் ஆசான் மீது வைத்திருந்த மதிப்பீடு.

ஒரு வகையில் பாலா, என்ற கலைஞன் பாலுமகேந்திராவால்தான் எனக்குள் வந்தார்.

அவர் படங்கள் மீது அதீத ஈடுபாடுகள் எனக்கு எப்போதும் ஏற்பட்டதில்லை. ஆனால் அப்பட்டமானதொரு தமிழ் வாழ்வை அதன் முழு நிர்வாணத்தோடு தரிசிக்க நினைக்கும் கலைஞன் இவன் என்ற எண்ணம் என்னுள் நிலைபெற்றது.

விகடனில் தொடராக வந்தபோது அவ்வப்போது இந்த எழுத்தை நான் வாசிப்பேன்.

என் அன்பிற்கும், மரியாதைக்கும் உரிய ரா. கண்ணன், ராவான பாலாவின் மதுவில் சரியாக குளிர்ந்த நீர் ஊற்றி அதை இதமாக்கி இருப்பார்.

திரைப்படத் துறையில் வெற்றி பெற்ற எல்லா கலைஞனின் வாழ்வும் ஒன்றுபோல்தான் உள்ளது.

மேன்சன் வாழ்வு, அழுக்கு லுங்கி, பட்டினி, என்று தொடரும் அவர்களின் அன்றாடங்கள் பெரும் லட்சியத்தை, கனவை அது நிறைவேறும் நாளை நோக்கியப் பயணத்தை அவர்களுக்கு அருளிக் கொண்டேதானிருக்கிறது.

இந்த எதிர்கால பெரும் கனவுக்காக, தன் அன்றாடங்கள் பொசுங்கிப் போகும் வரை, இவர்கள் அதைப் பொருட்படுத்துவதேயில்லை. அதிஷ்டவசமாக வெற்றி பெற்றவர்கள், விகடனில் தொடர் எழுதி,

இதுதான்டா என்வாழ்க்கை!

இதுக்குள்ள வந்து பொசுங்கிப் போறியா?

அல்லது ஊர்லயே ஒரு சராசரி மனுஷனா வாழ்ந்து செத்திருவியா?

என பெரும் சவாலைத் தோற்றுப்போன கலைஞர்களை நோக்கி முன் வைக்கிறார்கள்.

இத்தொகுப்பில் பாலாவும் அப்படித்தான் நம்மை மல்லுக்கு அழைக்கிறார்.

தொடர் பட்டினியில் புரடெக்ஷன் சாப்பாட்டுக்கு வரிசையில் நிற்கும்போது என் முறை வந்து சாப்பாட்டுத் தட்டை நீட்டும்போது, அதை தட்டிப் பறித்து,

''யார்டா நீ?'' என பெருங்குரெலடுத்து கத்தும் குரல், உன் தன்மானத்தை ஒன்றும் செய்து விடாது என நீ நம்பினால், உன் லட்சியவாத வாழ்விற்கான அடியுரம் என்று அந்த அவமானத்தை நீ

எடுத்துக்கொண்டால், கோடம்பாக்கத்துக்கு ஏதோ ஒரு அழுக்கு பிசுபிசுப்பேறிய மேன்ஷனின் இரண்டாம்மாடிக்கு நீயும் வா, அங்கு ஏற்கனவே அழுக்கு லுங்கி கட்டிக்கொண்டு யார் பெர்முடாசையோ யாரோ போட்டுக்கொண்டு, உன்னை தோழமையோடு ஏற்றுக்கொள்ள ஒரு சிறு கூட்டம் காத்திருக்கும்.

நீ தான் முடிவெடுக்க வேண்டும். அவர்களுடன்தான் உன் இளமைக்காலமா என்றெல்லாம். வெற்றிக்கான அந்த அதி தீவிர வெறி, உன்னை மட்டுமல்ல, உன்காதலை, உன்அப்பாவை, அம்மாவை, உன்நிலத்தை, உன் கிராமத்தை, உன் தன்மானத்தை எல்லாவற்றையும் தனக்கு பலி கேட்கும்.

எல்லாவற்றையும் அதன் முன் எடுத்துப்போட்டாலும், அது தன் தீராப்பசிக்கு உன் மாமிசத்தைக் கூட படையலாய்க் கேட்கும்.

கொடுக்கத் துணிவுள்ள மானுடனே, அதற்குள் போ, கொஞ்சம் தயங்கினாலும், ஊருக்குத்திரும்பு.

பாலா என்ற கலைஞன் தன்னைக் காலத்திற்குள் அடமானம் வைத்ததைத்தான் இப்பக்கங்களில் எல்லாம் நான் தரிசித்தேன்.

நாம் உடைந்துவிடக் கூடாது என்பதற்காக அவர் சொந்தங்களின் நடுவில் பகடிகளை உருளவிடுகிறார். ஒரு நுட்பமான வாசகன் அதை அறிந்து கொள்கிறான். அப்பகடிகளை தன் இடதுகையால் பின்னகர்த்தி, அப்பெருவலியை மட்டும் தன்னுள் இருத்திக்கொள்கிறான்.

''நானும் கூட பாலா'' என்று அந்த அசல் கலைஞனின் பெருவலியை இந்நிமிடம் உலகறிய இடுக்கிக்கொள்கிறேன்.

பவாசெல்லதுரை

bavachelladurai@gmail.com

'தேடிச் சோறுநிதந் தின்று - பல
 சின்னஞ் சிறுகதைகள் பேசி - மனம்
வாடித் துன்ப மிக உழன்று - பிறர்
வாடப் பலசெயல்கள் செய்து - நரை
கூடிக் கிழப்பருவ மெய்தி - கொடுங்
கூற்றுக் கிரையெனப்பின் மாயும் - பல
வேடிக்கை மனிதரைப் போலே - நான்
வீழ்வே னென்று நினைத் தாயோ?'

1

கொஞ்சம் குடித்திருந்தேன்... வெளியே நல்ல மழை!

என் பார்வையில் படும்படியாக நான் எழுதி வைத்திருக்கிற பாரதியின் வரிகளை மீண்டும் மீண்டும் வாசிக்கிறேன். சிகரெட் தேடுகிறேன். ஆஷ் ட்ரேதான் நிரம்பி இருக்கிறது. எழுந்து சின்னதாக ஒரு நடை போட்டு வரலாம் போலத் தோணுகிறது.

அடர்ந்த இருளும் அங்கங்கே வெளிச்சமுமாகக் கிடந்தது வீதி. நனைந்தபடியே நடக்க ஆரம்பித்தேன். வழியில் ஒரு பெட்டிக் கடையோரம் ஒதுங்கி, சிகரெட் வாங்கினேன்.

முதலில் திகைத்து, பிறகு ஆச்சரியமாகக் கடைக்காரர் பார்க்க, அவர் பிதாமகன் பார்த்துவிட்டார் என்பது புரிந்தது. ஒரு புன்னகையுடன் விலகினேன். எங்கே செல்வதென்று தெரியாமல், கால் போன போக்கில் வடபழனி சாலையில் நடக்க ஆரம்பித்தேன்.

எவ்வளவோ கனவுகளுடன் மனிதர்கள் தினம் தினம் கடக்கிற சாலை இது. எத்தனையோ கனவுகளை ஈவு இரக்கம் இல்லாமல் நொறுக்கி இருக்கிற சாலை இது. ஆசைகள், பேராசைகள், நிராசைகள், துரோகங்கள், ஏக்கங்கள் பிரார்த்தனைகள், வலிகள் சிந்திக் கிடக்கிற சாலை இது.

தன்னை அடையாளம் காட்டிக்கொள்வதற்குள், அழிந்துபோன ஆயிரக்கணக்கான ஆத்மாக்களின் கதறல்கள் இந்த ஈரக்காற்றில் கலந்திருக்கும்.

36 வயதுக்குள், மூன்று படங்கள் முடித்து நிமிர்ந்து பார்த்தால்... வாழ்க்கை மிக விசித்திரமாக என்னை எப்படி எல்லாம் சுழற்றி அடித்திருக்கிறது?

இத்தனை வருட வாழ்க்கைக்கு விலையாக நான் பெற்றது என்ன? இழந்தது என்ன? யோசித்துப் பார்த்தால், தலை சுற்றுகிறது. ஆனாலும் நெஞ்சுக்குள் இப்போதுதான் அவிழ்ந்த மொட்டாக, ஒரு பூ எப்போதும் சிரிக்கிறதே... அதன் பெயர் என்ன?

மழைக்காகப் பள்ளிக்கூடம் ஒதுங்கியபோதும்... மழையை மட்டுமே பார்த்த மக்குப் பிள்ளை நான். பாடப் புத்தகம் பிடிக்காது. சாப்பிட உட்கார்ந்தால் சோறு இறங்காது. மனசு எப்போதும் ஒரு இடத்தில் இருக்காது. பெற்றோர் உட்பட யாரிடமும் எனக்கு நல்ல பெயர் கிடையாது. இருந்தாலும், ஒரு நாள் உலகம் என்னைத் திரும்பிப் பார்க்கும்... பல வேடிக்கை மனிதரைப்போலே நான் வீழ்ந்திட மாட்டேன் என்ற விதை ஒன்று என் உள் மனசுக்குள் விழுந்து கிடந்ததே... அது எப்படி என்று இப்போது யோசித்து பார்க்கிறேன்.

பாலசுப்ரமணியம் என்கிற இந்தப் பட்டிக்காட்டான் (வெறுமனே காட்டான் என்று சொன்னாலும் இன்னும் பொருத்தம்.) மெட்ராசுக்கு வந்த நாள் முதல் இந்த நாள் வரை, பின்னோக்கிப் போய் வந்தால்...

பாலா... இந்த இரண்டு எழுத்துக்குப் பின்னே, எல்லோருக்கும் போல் எனக்கும் ஒரு பெரிய கதை இருக்கிறது.

ஒருவகையில் இது எனது சுய சரிதை. எனக்கு விவரம் தெரிந்த காலந்தொட்டு சந்தித்த மனிதர்கள், அனுபவித்த சுகதுக்கங்கள், அனைத்தையும் இதில் ஒளிவுமறைவின்றிப் பகிர்ந்துகொள்ள

விரும்புகிறேன். இது ஒரு சுய புராணம் ஆகிவிடக்கூடாது என்கிற அக்கறையுடன்...

சாலையில் திடீரென மனித நடமாட்டம். இரண்டாவது ஆட்டம் முடிந்து மனிதர்கள் மழையின் நடுவே வீடு திரும்பிக்கொண்டு இருக்கிறார்கள். அவர்களுக்கெல்லாம் வீட்டில் உணவு காத்திருக்கும். உறவினர்கள் கண் விழித்திருப்பார்கள். எனக்கு?

வீடென்று எதனைச் சொல்வீர்? - எப்போதோ படித்த கவிதை நினைவுக்கு வருகிறது. வீடு மறந்த பிள்ளை நான்.

எத்தனையோ நண்பர்கள் எனக்கு உண்டு. ஆனாலும் நான் தனியன். இளையராஜாவின் பாட்டு ஒன்று ஞாபகத்துக்கு வந்து தொலைக்கிறது.

தாயுண்டு தந்தை உண்டு
பெற்றோர் இல்லை.
ஊர் உண்டு உறவுமுண்டு
உற்றாரில்லை.
நானோர் பரதேசி நல்லோர் கால் தூசி.

2

பிறந்தபோதே இறந்து போயிருக்க வேண்டிய சவலைப்பிள்ளை நான்.

மதுரை பெரியாஸ்பத்திரியில்தான் பிரசவம் நடந்தது. என் தாயின் கர்ப்பத்திலிருந்து என்னை வெளியே எடுத்தபோது எடை குறைவாக, மிக பலவீனமாக, நோஞ்சான் குழந்தையாக இருந்தேனாம்.

கண்விழித்து தாயின் முகம் பார்க்கும் முன்பே - தொப்புள்கொடி அறுத்த நிமிஷமே என்னைக் கொண்டுபோய், தனியறையில் வைத்துப் பாதுகாக்க ஆரம்பித்துவிட்டார்கள் - தாயின் அரவணைப்பு இல்லாமல். அவளின் கதகதப்பு, அந்த சூடு பிறகு எனக்கு ஒருபோதும் கிடைக்காமலே போனது.

மனவியல் ரீதியாக என் எல்லாப் பிரச்சனைகளுக்கும் அதுவேகூட ஆரம்பமாக இருக்கலாம் என்று ஒருமுறை நான் சிகிச்சைக்காகப் போயிருந்தபோது என் மனநல மருத்துவர் சொன்னார். அந்தக் கர்ப்பத்திலேயே நான் கரைந்து போயிருக்கக் கூடாதா என்று எத்தனையோ முறை ஏக்கமாக நினைத்ததுண்டு.

கம்பம் அருகே நாராயணத்தேவன்பட்டிதான் என் பூர்வீகம். பெரிய குடும்பம். எட்டுப் பிள்ளைகள். எந்நேரமும் வீட்டில் திருவிழாக்கூட்டம்

திரியும். அத்தனை பேருக்கும் ஆக்கிப்போட்டு நல்லது - கெட்டது பார்த்துத் திரிவதிலேயே அம்மாவுக்குப் பொழுது போய்விடும். அப்பாவுக்கு வங்கியில் வேலை. ஏதாவது வேலையாக எப்போதும் அலைந்து கொண்டிருப்பார்.

பல நேரம் பாட்டியிடம் இருந்தேன். எனக்கு சடை பின்னி, பொட்டு வைத்து, பூ வைத்து பொம்மையாக்கிப் பார்ப்பாள் பாட்டி. நானோ அடங்காப்பிள்ளை. கூட்டத்தில் ஒருவனாகத் திரிவது எனக்குப் பிடிக்கவே இல்லை. அத்தனை பேரும் என்னையே கொஞ்ச வேண்டும். எனக்குத்தான் முக்கியத்துவம் தரவேண்டும் என்ற வன்மம் வளர்ந்துகொண்டே இருந்தது. கூட்டத்தோடு பிறந்துவிட்ட கோபம். 'என்னைப் பாருங்கடா' என்ற வெறி. நரம்பனாகத் திரிந்தாலும் யார் சிக்கினாலும் அடி தூக்கிப்போட்டு மிதிப்பேன். வம்பு வந்தால் விடமாட்டேன். வராவிட்டால் வம்பு தேடி அலைவேன். கூடவே திருட்டுப்பழக்கமும் தொத்திக்கொண்டது. அது தப்பென்றுகூடத் தெரியாத பருவம். யாரிடம் கேட்டாலும் காசு தருவார்கள். அது தனி. இருந்தாலும் சொந்த உழைப்பில் சம்பாதிக்க வேண்டுமென்கிற லட்சிய வெறி அப்போதே இருந்தது.

திருட ஆரம்பித்தேன். பாட்டியின் சுருக்குப் பை, அப்பாவின் சட்டைப்பை என மற்றவர்கள் அசந்த நேரம் பார்த்து அள்ளிக்கொண்டு ஓடுவதில் நான் கில்லாடி ஜான். மிட்டாய் வாங்க, ப்ரைஸ் கிழிக்க என்று... தின்று தீர்த்துச் செலவழித்தது போக மிச்சக்காசை என்ன செய்வது? மண்ணில் குழி தோண்டிப் புதைத்து வைப்பேன். தீவிரவாதிகளின் ஆயுதக்குவியல் மாதிரி எனது புதையல்கள் ஒரு பக்கம் வளர்ந்து கொண்டே போனது.

விதி யாரை விட்டது?

வாடிப்பட்டியில் குடியேறியபோது ஒரு சுபயோக சுபதினத்தில் என்னை பள்ளிக்கூடத்தில் சேர்த்துவிட்டார்கள். கொஞ்ச காலம் ஒழுங்காக பள்ளிக்கூடம் போனேன். அப்புறம் அதுவும் பிடிக்கவில்லை. வீட்டிலிருந்து பையை மாட்டிக்கொண்டு பள்ளிக்கூடம் இருக்கிற திசை நோக்கி நடப்பேன். வீட்டின் பார்வையிலிருந்து விலகிவிட்டால் போதும். அப்படியே ஒதுங்கி ஓரமாக கண்மாய்ப் பக்கம் ஓடி விடுவேன். ஜனநடமாட்டம் அதிகமில்லாத ஏரியா பக்கமாக என் தலைமறைவு வாழ்க்கை ஆரம்பிக்கும்.

தண்ணீரில் விலுவிலுவென மின்னலாக பச்சை நிறத்தில் நெளியும் தண்ணீர்ப்பாம்பைப் பிடிப்பதில் அப்படியொரு குஷி. கண்ணில் ஏதாவதொரு பாம்பு தட்டுப்பட்டால் தபதபவென ஓடிப் பாய்ந்து பிடித்து சிக்கிய பாம்பை விறுவிறுவென தலைக்கு மேலே பலமுறை சுழற்றிவிட்டுத் தரையில் வீசுவேன். அது கிறுகிறுத்துப் போய் அப்படியே மயங்கிக் கிடக்கும். பொழுது போகாமல் திரியும் சில இளவட்டங்கள் அந்தப் பாம்பை என் சடையுடன் சேர்த்துப் பின்னி விடுவார்கள். தலைக்கு மேலே பாம்புடன், பட்டிக்காட்டுப் பரமசிவன் போலத் திரிவதில் எனக்குப் பெருமை தாங்காது. பசியெடுத்தால் புதையல்களைத் தேடி ஓடி, மண்ணுக்குள் கிடக்கிற காசுகளை அள்ளி கப்பக்கிழங்கு, தேன்மிட்டாய் அச்சுமுறுக்கு என்று எதையாவது வாங்கித் தின்றுவிட்டு, பள்ளிக்கூட மணி எப்போது அடிக்கும் என்று காத்துக் கிடப்பேன். மணிச்சத்தம் கேட்டதும் படித்து முடித்துத் திரும்புகிற பிள்ளைகளுடன் நல்லபிள்ளை மாதிரி நானும் வீடு திரும்புவேன்.

ஒரு நாள் விளையாட்டு ஜாஸ்தியாகி நேரம் போனதே தெரியாமல் பை, கை, காலெல்லாம் சகதிமயமாக இருட்டியபிறகு வீடு

திரும்பினேன். கண்டுபிடித்து 'மண்டகப்படி' நடத்தி, மறுநாள் கரெக்ட்டாக பள்ளிக்கூடத்துக்குள் கொண்டுபோய் விட்டு விட்டார்கள்.

ஆனாலும் ஆறுதலான அம்சம் 'அங்கே நான்தான் டி.எம்.எஸ்!' கொஞ்சம்கூடக் கூச்சமில்லாமல் பிதாமகன் சித்தன் மாதிரி குரலெடுத்துப் பாடுவேன். பள்ளிக்கூடப் பிரார்த்தனை நேரத்தில் தமிழ்த்தாய் வாழ்த்து பாடும் பொறுப்பு என்னுடையது. இரண்டு கைகளைம் கட்டியபடி கண்மூடி கச்சேரியை ஆரம்பிப்பேன். என் பாட்டுச்சத்தம் கேட்டால் காக்கா, குருவிகூட பயந்து அலறிப் பறக்கும். முன்வரிசையில் நிற்கிற சில பெண்களுக்கு கை கால்களெல்லாம் நடுங்க ஆரம்பிக்கும். கூட்டத்தைக் கலைக்க கண்ணீர்ப்புகைக் குண்டு வீசுவதைப் போல அத்தனை பேரையும் ஒரே நேரத்தில் அமைதியாக்கத் தான் என்னைப் பாட வைத்தார்களோ என்னவோ!

ஒரு பக்கம் எனது குற்றங்களின் எண்ணிக்கை அதிகரித்துக் கொண்டே இருந்தது. 'எவ்வளவு சம்பாதித்தாலும் பத்தலை!' என்று அப்பாவும், 'வாங்கி வெச்சதெல்லாம் எங்கே போகுது?' என்று புரியாமல் அம்மாவும் தவித்து, பலநாள் திருடனை ஒருநாள் பிடிக்கத் திட்டம் போட்டார்கள். வசமாக மாட்டிக் கொண்டேன். 'இல்லவே இல்லை' என்று எல்லா சாமி மீதும் சத்தியம் பண்ணினேன். கரண்டியை நெருப்பில் சுட வைத்து எடுத்து வந்து, 'நீ திருடலைனா இது ஒண்ணும் பண்ணாது. திருடியிருந்தா உன் கை வெந்து போகும்' என்று சூடு வைக்கப் போவதாக மிரட்ட, முதன்முதலாக ஒரு குற்றத்தை ஒப்புக்கொண்டேன்.

'அடி பின்னியெடுக்கப் போறாங்க!' என்று நான் நினைக்க, என்னை சாமர்த்தியமாகக் கண்டுபிடித்து விட்டதாக அவர்கள் சிரித்து மகிழ்ந்தார்கள். 'ஆஹா... அடிக்க மாட்டாக' என்று தெரிய வந்ததில்... அன்று உருவானான் ஒரு குற்றவாளி!

'அபேஸ் பாலையா' என்பதுதான் என் பட்டப் பெயர். அதன் பிறகு ஏதாவது பொருளை ஞாபகமறதியாக வைத்த இடம் தெரியாமல் யாராவது தேடினால்கூட என்னைத்தான் முதலில் சந்தேகப்படுவார்கள். செய்தது பாதி, செய்யாதது பாதி என்று தினம் தினம் திருட்டு விசாரணைகள் தொடர...

இனிமே 'இவன் இங்கிருந்தா தேறமாட்டான்' என்று பெரியகுளத்திலிருக்கும் என் அத்தைக்கு ஆண் வாரிசு இல்லாததால் என்னைத் தத்துக் கொடுக்க முடிவெடுத்தார்கள். எட்டு பிள்ளைகள் என்பதால். 'எட்டுல ஒண்ணு விட்டுப்போனா என்ன இப்போ?' என்று நினைத்திருக்கலாம். நியாயம்தான். என் அழுகையின் அர்த்தம் தெரியாமல் வலுக்கட்டாயமாக அனுப்பி வைத்தார்கள்.

அது... என் இதயத்தில் மனவியல் ரீதியான மற்றொரு அடி!

3

பெரியகுளம்... அழகிய கிராமம்.

அத்தை வீடு அங்கேதான் இருந்தது. தத்துப்பிள்ளையாக என்னை அரவணைத்துக்கொண்ட இரண்டாம் தாய் மடி.

ஊரை, உறவைப் பிரிந்த சோகம் எதையும் சொல்லத் தெரியாத வயசு. ஆனால், அத்தனையும் சுமந்து திரிந்தது மனசு.

பாசம் கொட்டித்தான் வளர்த்தார்கள். எப்போதும் தட்டில் இன்னொரு இட்லி அதிகமாகவே வைப்பார்கள். டவுசர் பையில் சில்லறையைத் திணிப்பார்கள். பள்ளிக்கூடம் சேர்த்துவிட்டார்கள். இருந்தாலும் மனசு கேட்கவில்லை.

அங்கேயும் திருட்டுப்புத்தி. கடைக்குப் போய்வரச் சொன்னால் கமிஷன் அடிப்பது அப்போதே பழக்கம். தமிழின் அத்தனை கெட்ட வார்த்தைகளும் தலைகீழ் மனப்பாடம். தறுதலையாகத் திரியப்போகிறேன் என்பதற்கான அத்தனை அடையாளங்களும் என்னிடம் இருந்தன.

சிகரெட் புகைகிற தாத்தாவின் உதடுகளும், கைவிரல்களும் எனக்குள் ஒரு வசீகரத்தை அவர் மீது ஏற்படுத்தியிருந்தது. முதல் முயற்சியாக பீடியும் தீப்பெட்டியுமாக ஊரோரமாக

பருத்திக்காட்டுக்குள் ஒளிந்தேன். பற்ற வைக்கிற லாகவம் கைவராததால் சுள்ளிகள் குவித்துக் கொளுத்தினேன். சரசரவென நெருப்பும் புகையும் பரவ... திகைத்துப் போனேன். தோட்டத்துப் பக்கம் திரிந்த யாரோ ஒருத்தர் ஓடிவந்து மடார் மடாரென என் முதுகில் அறைய.. அலறியடித்து ஓடித் தப்பினேன். அதன் பிறகு அப்படியே அந்த சிகரெட் சிநேகம் என்னைத் தொற்றிக்கொண்டது. இன்றுவரை நான் விரும்பும் என் முதல் நண்பன் அவன்!

என் வாழ்வில் நான் பார்த்த முதல் மரணமும் அங்கேதான் நிகழ்ந்தது. என் தாத்தா... என்னைத் தன் பிள்ளையாய் தூக்கி வளர்த்த தாத்தா... ஒரு நாள் செத்துப்போனார்.

மரணத்தின் அர்த்தம் புரியவில்லை. அதன் வலி உணரவில்லை. தாத்தாவை வீட்டில் கிடத்தி வைத்திருந்தார்கள். வீடெங்கும் கதறல்கள். யார் யாரோ வந்திருந்தார்கள். இழவு மேளச்சத்தம்... சங்கொலி.. சாராய நெடி... ஊதுவத்தி மணம்... உறவினர் கூட்டம் என்று அந்தச் சூழல் அப்படியே எனக்குள் ஏதோ ஒரு ஜன்னலைத் திறந்திருந்தது.

அம்மாவும் வருவாள் என்று ஆசையாகக் காத்திருந்தேன். உள்ளே ஓடிப்போய் தாத்தாவைப் பார்ப்பதும் வெளியே மேளம் அடிப்பவர்களை வேடிக்கை பார்ப்பதுமாகத் திரிந்தேன். வாசலில் வண்டிச்சத்தம். அம்மா ஒரு குதிரைவண்டியிலிருந்து அலறியழுதபடி இறங்கினாள். என்னைத் தாண்டி உள்ளே ஓடினாள். அவள் என்னைக் கண்டு கொள்ளாமல் உள்ளே ஓட, அவளைப் பின்தொடர்ந்து ஓடி அழும் கூட்டத்தினரிடையே அம்மாவுடன் சேர்ந்து நானும் அழுதேன். அவர்கள் அழுதது தாத்தாவுக்காக. நான் அழுதது எனக்காக. பெருஞ்சோகம் நிகழ்ந்தது. புரியாத என் நெஞ்சில் சிறு கீறல்!

பெண்களின் ஒப்பாரிச்சத்தம் என்னை ஏதோ செய்ய... எழுந்து வெளியே வந்தேன்.. அப்போது அங்கே பம்பரமாய்த் திரிந்த ஒருவர்

என் மனசில் அப்படியே பதிந்து போனார். அவர் குரல்தான் ஓங்கி ஒலித்தது. அவர் உத்தரவு போட்டதற்கெல்லாம் ஒரு கூட்டமே ஓடி ஓடி வேலை பார்த்தது. வாசலில் மலர் அலங்காரத்துடன் பாடை கட்டினார்கள். தாத்தாவின் பயணம் ஆரம்பமானது. ஏழெட்டுப் பேர் ரகளையாக டான்ஸ் ஆட, தெருமுக்கு வரை பெண்கள் அழுது நிற்க, கூட்டத்தோடு கூட்டமாய் மயானத்துக்கு நானும் போனேன்.

தாத்தாவை அங்கே கிடத்தி விறகு அடுக்கி, வாய்க்கரிசி போடச் சொல்லி, 'மொகம் பாக்றவங்க பாத்துக்கங்கப்பா' என்று குரல் கொடுத்த அவர் கிருஷ்ணத் தேவர். தாத்தாவை தீக்கு தின்னக் கொடுத்து விட்டு வீடு திரும்பும்போதுதான் இனி தாத்தா இல்லை என்று தோண, லேசாக அழுகை வந்தது.

சடங்கு, சம்பிரதாயங்கள் முடிந்து கூட்டம் கலைய... ஒரு நாள் அம்மாவும் எனக்குத் தெரியாமல் புறப்பட்டுவிட்டாள். அவள் போயாச்சு என்று தெரிந்ததும் அழுதுகொண்டே தெருவில் ஓட ஆரம்பித்தேன். அத்தை துரத்திக்கொண்டு வந்தாள். என்னை இறுக்கிப் பிடித்த அவள் கையை வெறி கொண்டு கடித்துவிட்டு ஓடினேன். குதிரைவண்டி போன திசை தெரியவில்லை. எப்படியோ ஓடி ஓடி, பஸ் ஸ்டாண்டுப் பக்கம் போய் விட்டேன். நின்றிருந்த பஸ்ஸெல்லாம் தேடி, அம்மா ஒரு ஜன்னலோரமாய் உட்கார்ந்திருந்ததைப் பார்த்ததும் குமுறிக் குமுறி அழுதபடி அவளைக் கட்டிக்கொண்டேன். இனி இவன் இங்கு தங்கமாட்டான் என்று தன்னோடு அழைத்துக்கொண்டு ஊர் திரும்ப முடிவெடுத்தாள்அம்மா. கண்ணீர் காய்ந்த முகமும், கையில் இரண்டு முறுக்குமாய் அம்மா மடியில் படுத்துக்கொண்டு அவளின் கஞ்சி போட்ட புடவையின் வாசனையை முகர்ந்தபடியே போன அந்த பஸ் பயணம் ஆயுசுக்கும் மறக்காது!

அதே பெரியகுளத்துக்கே நாங்களும் குடியேறியது வாழ்வின் விநோதங்களில் ஒன்று.

பள்ளிக்கூடத்தில் எனக்கு வராத ஒன்று இங்கிலீஷ். எங்கள் ஊரில் டுடோரியல் காலேஜ் ஒன்று இருந்தது. அந்த வாத்தியார் எனக்கு ஒரு பெரிய ஹீரோ. தொள தொள பெல்ஸூம் பெரிய காலர் வைத்த சட்டையுமாக ஆள் சினிமா ஹீரோ மாதிரி இருப் பார். அவர் சரியான கஞ்சா பார்ட்டி. பொட்டலத்தைப் பிரித்து சிகரெட்டில் ஏற்றி ஒரு சைஸாகத் தட்டி, பற்ற வைப்பார். கிறுகிறுப்பான மணம் வீசும். அப்படியே கிளம்பி வந்து பாடம் நடத்த ஆரம்பித்தால் வெள்ளைக்காரத் துரை போல இங்கிலீஷ் பிரவாகமாகப் பாயும். அவருடைய இங்கிலீஷூக்குக் காரணம் கஞ்சா என்று நினைத்தேன். நானும் என் மாப்பிள்ளை குட்டியப்புவும் கூரையில் அவர் சொருகி வைத்திருந்த ஒரு பொட்டலத்தைத் திருடிக்கொண்டு ஓடி... முதல் கஞ்சா சிகரெட்டைப் பற்ற வைத்தோம். ஆளுக்கு இரண்டே இழுப்புதான்.

திருவிழா தொடங்கிவிட்டது. கால்கள் பின்னியிழுக்க, கண்கள் கிறங்க, எனக்கு அவனைப் பார்த்தால் சிரிப்பு. அவனுக்கு என்னைப் பார்த்தால் சிரிப்பு. கிளம்பிய சிரிப்பு கியர் போட்டுக் கிளம்ப, ரோடெங்கும் சிரித்தபடி டான்ஸ் அலம்பல்களுடன் நாங்கள் இருவரும் வந்து கொண்டிருக்க... எதிரில் என் அண்ணனும் டுடோரியல் வாத்தியாரும்!

நடுத்தெருவில் அண்ணன் என்னை அடி பின்னியெடுத்தான். ஓடஓட விரட்டிப்பிடித்து மிதித்தான். பொளேரென அறை கன்னத்தில் விழுந்தபோதும் சிரித்தேன். ‘பயபுள்ள எட்டாங்கிளாஸ் படிக் கிறப்பயே கஞ்சா குடிக்கிறானே’ என்று வீட்டில் பயந்து போனார்கள்.

என்னை தேனி நாடார் சரஸ்வதி ஸ்கூலில்... அதுவும் ஹாஸ்டலில் சேர்த்துவிட முடிவு செய்தார்கள். எவ்வளவோ கதறியும் கேட்காமல் சரஸ்வதியிடம் என்னை ஒப்படைத்தார்கள். எங்கள் ஏரியாவுக்கு அது ஆக்ஸ்ஃபோர்டு யுனிவர்சிட்டி மாதிரி. கண்டிப்பிலும் கட்டுப்பாட்டிலும் அது மைனர் ஜெயிலுக்கு முன்மாதிரி!

ஒவ்வொரு ஞாயிற்றுக்கிழமையும் ஹாஸ்டல் பையன்களின் அம்மாக்களும் அப்பாக்களும் தின்பண்டங்களுடன் வந்து சேர்வார்கள். மைதானமெங்கும் ஆங்காங்கே பிள்ளைகளுக்கு அவர்கள் சோறூட்டுவதைப் பார்க்கலாம். எனக்கு யாருமே வந்ததில்லை. தேனிக்கு வந்து போகிற யாரிடமாவது காசு குடுத்து விடுவார்கள். யாருக்கு வேணும் அந்தக் காசு?

என்னிடமிருந்த அத்தனை கெட்ட அஸ்திரங்களையும் பிரயோகித்து ஸ்கூலுக்கே நான் அவப்பெயர் ஏற்படுத்த, அடிக்கக்கூடப் பயந்து போய் பாதியிலேயே என்னைப் பள்ளியிலிருந்து வெளியேற்றினார்கள்.

வாழ்வு அதன் பக்கங்களை அதன்போக்கில் எழுதிச் செல்லும். புரட்டிப் பார்க்கும்போதுதான் புரியும் ரகசியங்கள். 'பிதாமகன்' படப்பிடிப்புக்காக அதே பெரியகுளத்தில் அலைகையில் மாமோய், மாப்ளே, பங்காளி என்று உறவு கொண்டாடிய முகங்கள் எனக்குள் ஏதேதோ ஞாபகங்களைக் கிளறின.

மயானக் காட்சியில் சூர்யா எரியூட்டப்பட வேண்டும். எனக்குக் கிருஷ்ணத் தேவர்தான் நினைவுக்கு வந்தார். இன்றும் ஊரில் எங்கே இழவு விழுந்தாலும் அது என்ன சாதியாக இருந்தாலும் கூப்பிட்ட குரலுக்கு ஓடிப்போய் நின்று வேட்டியை மடித்துக் கட்டினாரென்றால் சடலத்தைக் குளிப்பாட்டுவதிலிருந்து, கடைசியாகச் சாம்பலை அள்ளுவதுவரை அத்தனையிலும் ஈரமாகப் பங்கேற்று, தன் அன்பான மிரட்டலால் ஊரையே அதட்டிப் பணிய வைக்கும் அந்த முதியவரைத் தேடி அழைத்து வந்தேன். காமிரா முன்னால் நிறுத்தி, 'கடைசியா மொகம் பாக்கிறவங்க பாத்துக்கங்கப்பா' என்ற வசனத்தை அவரை பேசச் சொல்லி நடிக்கவைத்த அன்று இன்ன காரணமென்று சொல்லத் தெரியவில்லை. சற்று நிம்மதியாகத் தூங்கினேன்.

4

செல்லாக்காசாகிப் போனேன்!

எந்த ஸ்கூலில் சேர்த்துவிட்டாலும் அடித்துத் துரத்தினார்கள். நாலைந்து ஸ்கூல் மாறியாச்சு.

இங்கே வீட்டிலேயோ என்னை யாருக்குத் தத்து கொடுக்கலாம் என்று பட்டிமன்றமே நடத்திக்கொண்டிருந்தார்கள்.

'ஆகா.. பாலு.. உன் அருமை உலகத்துக்குப் புரியலையேடா' என்று என் லெவலுக்குச் சிந்தித்தேன். பளிச்சென ஒரு ஐடியா வந்தது... பணக்காரனாகணும்!

'நம்ம கையில் காசு பொரண்டாத்தான் இவிங்க மதிப்பாய்ங்க' என்ற முடிவுக்கு வந்தேன். சரி... பணக்காரனாவது எப்படி? திருடுவதில் கிடைத்ததெல்லாம் சில்லறைக் காசுகள். அது மிட்டாய் வாங்கித் திங்கவே பத்தாதே!

என் வீட்டுக்குப் பக்கத்தில் ஈயப்பட்டறை ஒன்று இருந்தது. பொசுபொசுவெனக் காற்றடித்து அதில் நெருப்பு வளர்த்து அந்த வெப்பத்தில் ஈயம் உருக்கிப் பூசுவார்கள். அந்த நெருப்பின் ஜொலிப்பும் தகதகப்பும் அத்தனை ரம்மியமாக இருக்கும். நானும் ஈயப்பட்டறை ஆரம்பிப்பது என்ற முடிவெடுத்தேன்.

எதுவுமே அறியாத அப்பாவியாக அங்கே போய் உட்கார்ந்து தொழில் ரகசியங்களைத் தெரிந்துகொண்டேன். அப்போதே எனக்கு அப்துல்கலாம் மூளை. டயர் பை ரெடி பண்ணி, பப்பாளிக்குச்சி ஒடித்து பைப்பாக்கி, ஈயப்பாத்திரம், தீப்பெட்டி என்று அத்தனையும் அள்ளிக்கொண்டு கொல்லைப்பக்கம் வைக்கோல் போர் அருகே ஒதுங்கினேன்.

எல்லாம் செட் பண்ணி, 'பழைய ஓட்ட ஒடசல் ஈயம்பித்தள பாத்திரமெல்லாம் பத்த வக்கிறதோய்' என்று சந்தோஷமாக ராகம் போட்டுப் பாடியபடியே லேசாகப் பற்ற வைத்தேன். காற்றில் குபுக்கென நெருப்பு பரவி வைக்கோல் போர் தீப்பிடித்தது. 'பருத்திக்காடு பயங்கரம்' ஞாபகத்துக்குவர, 'இனி ஒரு நிமிஷம் இங்க இருந்தாலும் பொணமாக்கிடுவானுக' என்று பயந்து ஓடிப் பக்கத்து வீட்டுத் திண்ணையில் கண்களை இறுக்க மூடிப் படுத்துவிட்டேன். அங்கேயோ சடசடவெனத் தீப்பிடித்ததில் தெருவெல்லாம் புகை மயம். வெப்பம் தாங்காமல் மாடுகள் அலற... யார் யாரோ ஓடி வந்து தண்ணீர் வாரியிறைத்து நெருப்பை அணைத்தார்கள். எப்படித்தான் கண்டுபிடித்தார்களோ... போலீஸாகப் பிறந்திருக்க வேண்டிய புண்ணியவான்கள்... கரெக்டாக வந்து என் காதைத் திருகி இழுத்துப் போனார்கள். திகிடுதிம்பாக அடி விழுந்தது. ஏழெட்டுப் பேர் சேர்ந்து அடித்ததில் எக்கச்சக்கமான ஊமைக்காயம். உதட்டோரமாக ரத்தம். கன்னம் கிழிந்து உள்ளே பல் தெரியுமளவு ஓட்டை.

அடுத்த ஒரு மாதம் அவர்களே உட்கார்ந்து வைத்தியம் பார்த்த பிறகும் என் மனசு ஆறவில்லை. பணக்காரனாகிற வெறிதான் இன்னும் தீவிரமாக வளர்ந்தது. இந்த முறை கொஞ்சம் தீர்க்கதரிசனத்துடன் சிந்தித்ததன் விளைவு கோழிக்குஞ்சில் வந்து நின்றது.

ஒரு கோழிக்குஞ்சு வாங்கி வளர்க்கலாம். அது வளர்ந்து குஞ்சுகள் பொரிக்கும். அந்தக் கோழிகளை விற்று ஆடு வாங்கலாம். அந்த ஆடு

குட்டி மேல் குட்டி போட்டால், அதெல்லாம் விற்று ஒரு பசுமாடு வாங்கலாம். அப்படியே மாட்டுப்பண்ணை ஆரம்பிக்கலாம் என்று கலர் கலராய் கனவுகள்.

திட்டத்தின் இரண்டாம் கட்டமாக ஆட்டுக்குட்டியும் வாங்கிவிட்டேன். செம்மறி ஆட்டுக்குட்டி. அப்போது எங்கள் ஊர் டாக்கீஸில் 'ஆட்டுக்கார அலமேலு', 'ஜானி' இரண்டு படங்களும் ஓடிக்கொண்டிருந்தன. 'ஜானி' என்ற பெயரே வசீகரமாக இருக்க, ஆட்டுக்குட்டிக்கு அதே பெயர் வைத்தேன்.

இருபத்துநாலு மணி நேரமும் ஜானி ஞாபகம்தான். பள்ளிக்கூடம் முடிந்ததும் ஓட்டமாய் ஓடி பையைத் தூக்கியெறிந்துவிட்டு ஜானியை அவிழ்த்துக்கொண்டு கிளம்பிவிடுவேன். என் குரல் கேட்டால் அது சிட்டாகப் பறந்து வரும். எப்போதும் அதனோடே கிடப்பேன். பாதி ராத்திரியில் 'ம்மே'வென ஜானி குரல் கொடுக்கும். முழிப்பு வந்து ஓடிப்போய் பார்த்தால், அது என்மேல் விழுந்து புரளும். பிறகெப்போது தூங்கப்போவேன்... எனக்கே தெரியாது.

எங்கள் வீட்டில் ஒரு பசுமாடு இருந்தது. அவள் பெயர் லட்சுமி. லட்சுமியிடம் பால் கறக்கும்முன்பே வீட்டில் கெஞ்சிக் கூத்தாடி ஜானியை, பால் குடிக்க விடுவேன். முதலில் திகைத்த லட்சுமி பிறகு ஜானியை அனுமதித்தாள். பசுவிடம் ஆட்டுக்குட்டியைப் பால் குடிக்க விடுவதை என் வீட்டில் வினோதமாகப் பார்த்தார்கள். ஜானி வீடெங்கும் புழுக்கைகள் போட்டுத் திரிய கடுப்பானவர்கள், 'போய்த் தொலையறான்' என்று 'என்ன வேணா பண்ணிக்க.. ஆனா, நெல்லு ரூமுக்குள்ள மட்டும் விட்டுராத' என்றார்கள். பரவசமாகத் தலையாட்டினேன். லட்சுமி, ஜானிக்கும் தாயானாள்!

அதிகாலையில் சைக்கிளெடுப்பேன். ஜானியும் லட்சுமியும் என்னுடன் கிளம்புவார்கள். கண்மாய்ப் பக்கமாய் அவர்கள் மேய்ந்து

திரிய, நான் புல்லறுப்பேன். புல்லுக்கட்டு ரெடியானதும் சைக்கிளில் ஏற்றிக் கட்டி, ‘ஜானி’ என்று குரல் கொடுத்தபடி விறுவிறுவென சைக்கிள் மிதிப்பேன். நாலுகால்ப் பாய்ச்சலில் ஜானியும் லட்சுமியும் ராஜா காலத்துக் குதிரைகள்போல என் பின்னால் பாய்ந்து ஓடிவரும் அழகு இப்போதும் ஒரு சித்திரம் போல் விரிகிறது.

ஆற்றங்கரையில் சைக்கிளை நிறுத்தி குளிக்கத் தண்ணீரில் இறங்குவோம். வைக்கோல் பிரியெடுத்து விறுவிறுவென அவற்றுக்கு உடம்பு தேய்த்து விட்டு நானும் குளித்துக் கரையேறுவேன். வீட்டுக்கு வந்து இருவருக்கும் புல் அள்ளிப் போட்ட பிறகுதான் எனக்குச் சாப்பாடு.

தீபாவளி, பொங்கல் என்று திருநாள் வந்தால் அவர்களோடுதான் கொண்டாட்டம். அவிச்ச கடலை, பணியாரம், தட்டு மிட்டாய் என்று எல்லாமே அதற்கும் தருவேன். சாப்பாடு போட்டால்கூட தட்டை எடுத்துக்கொண்டு தொழுவத்துக்குத்தான் ஓடுவேன்.

எனக்கு அப்போது வேறெதிலும் ஆர்வம் கிடையாது. விளையாடக்கூட ஆள் தேடமாட்டேன். லட்சுமி, ஜானியுடன்தான் அத்தனை பொழுதும் போகும். ஏதேதோ பேசுவேன். ஸ்கூலில் அடிக்கடி என்னை, அடி பிய்த்தெடுத்துக் கொண்டிருந்த வாத்தியார் ஒருத்தர் செத்துப்போனார். ஒரு பாவமும் அறியாத(?!) என்னைத் துன்புறுத்திய பாவத்துக்காகவே அவருக்கு மரணம் நேர்ந்தது என்று மகிழ்ந்துபோய் நான் முதலில் தகவல் சொன்னது ஜானிக்கும் லட்சுமிக்கும்தான். நக்கிக் கொடுத்தது லட்சுமி. ஜானிக்கோ செம குஷி. டப்பாங்குத்து ஆட்டமே போட்டது.

இருந்தாலும் எனக்குள் பணக்காரக் கனவு இருந்துகொண்டே இருந்ததே... ஆட்டை விற்றால்தானே மாடு வாங்க முடியும். யாருக்கும் தெரியாமல் ஜானியை விற்க யாரோ ஒரு ஆளைக் கூட்டி வந்தேன். அந்தா இந்தா என்று விலை பேசி ‘எம்பத்தஞ்சு ரூபாதாம்பா. அதுக்கு

மேல அஞ்சு காசு தரமாட்டேன்' என்றான் அந்த வியாபாரி. அவனுக்கோ ஒரு சிறுவனை ஏமாற்றி ஆடு பிடித்துப்போக வேண்டிய அவசரம். எனக்கோ அது பணக்காரக் கனவின் அடுத்த படி.

நடந்த பேரத்தையெல்லாம் சத்தமில்லாமல் அம்மாவும் கேட்டுக் கொண்டிருந்தாள் என்பது எனக்குத் தெரியாது. நான் விலை பேசிச் சம்மதித்துவிட்டு ஜானியைத் தேடினால் காணோம்.

வீடெங்கும் தேடுகிறேன். கொல்லைப்பக்கம் பார்க்கிறேன். தெருவில் எட்டிப் பார்க்கிறேன். எங்கேயும் காணவில்லை. ஒரு சந்தேகத்தில் நெல்மூட்டைகள் குவித்து வைத்திருக்கும் ரூமுக்குள் போய்ப் பார்த்தால்... மூட்டைகளுக்குப் பின்னே ஒளிந்துகிடக்கிறது ஜானி. நான் கண்டுபிடித்து விட்டேன் என்றறிந்ததும் அது என்னைப் பார்த்த பார்வை இருக்கிறதே... என் நெஞ்சுக்கூடெல்லாம் நெருஞ்சி முள்களாய் இன்னும் தைத்துக் கிடக்கிறது அந்தப் பார்வை.

ஜானியைப் பிடிவாதமாய் நான் பிடித்திழுக்க, அது கதற... சத்தம் கேட்டு ஓடிவந்த அம்மாவுக்கு மனசில் ஏதோ இருந்திருக்க வேண்டும்.

''ஆடு விக்கிறாராம் அய்யாத்தொரை... போடா... போ. உன் ஆட்டுக்குட்டியை நானே வாங்கிக்கறேன்'' என்று அதட்டி விட்டு, அந்த ஆளை விரட்டி விட்டாள். முழுசாக அன்று எண்பத்தைந்து ரூபாயை என்னிடம் தந்தாள் அம்மா. கை நிறையப் பணம். என் கனவுகள் நனவாகிற காலம் நெருங்கி விட்டது என்பதில் எனக்கு அப்படியொரு சந்தோஷம்.

ராத்திரியெல்லாம் பணத்தை மறுபடியும் மறுபடியும் எண்ணிக்கொண்டேயிருந்தேன். ஜானியின் குரல் அந்த இரவு கேட்கவில்லை. அப்படியே தூங்கிப்போனேன்.

மறுநாள்... விடிந்தது பயங்கரமாக!

ஜானி செத்துக்கிடந்தான். வயிறெல்லாம் ஊதி... கண்கள் இரண்டும் இந்தப் பாழாய்ப்போன உலகத்தை வெறித்து நிலைகுத்தியிருந்தன.

"சுண்ணாம்புக் காரையைப் போயித் தின்னுருக்கு. அதான் வயிறு ஊதிச் செத்துப்போச்சு..." என் அண்ணன் யாரிடமோ சொல்லிக் கொண்டிருந்தான்.

அதிர்ந்து போனேன். செத்துபோன பின்பும், "பாழாப் போன மனுசா... ஏண்டா இப்படிப் பண்ணிட்ட?" என்று என்னைக் கேட்பதற்காகவே காத்திருந்த மாதிரி திறந்திருந்தன ஈக்கள் மொய்க்கக் கிடந்த ஜானியின் கண்கள்!

எதற்கெடுத்தாலும் அழுதுவிடுகிற நான், அன்று அழவே இல்லை. ஒரு சொட்டுக் கண்ணீர் கூட விடவில்லை. ஒரு எளிய அன்பைப் புரிந்துகொள்ள முடியாத காட்டுமிராண்டிப் பயலாக அல்லவா இருந்திருக்கிறேன்.

புரிந்துகொள்ளப்படாமலே போய்விடுகிற அன்புதான் உலகத்தின் மிகப் பெரிய சோகம் என்று இப்போது புரிகிறது.

ஜானி.. என் நண்பனே!

இத்தனை வருடங்களுக்குப் பிறகும் நடுங்குகிறது என் நெஞ்சு!

ஆதி, பகவனிலிருந்து ஆரம்பிக்குமாம் உலகம்! எனக்கோ அது ஜானியிடமிருந்துதான் தொடங்கியது. அறியாத வயதில் என் உணர்வுகளை முதன்முதலில் மீட்டியது அதன் அன்பே! என்னை எனக்கே புரியவைத்த முதல் ஜீவன் - ஜானி!

உலகத்தின் மிகப் பெரிய குற்றம் நம்பிக்கைத் துரோகம். அதைத் தண்டிக்க நீதிமன்றங்கள் கிடையாது என்பார்கள்... ஆனாலும் ஒன்று உண்டு. அது மனசாட்சி!

என் மனசுக்குள் நான் ஒரு குற்றவாளி!

5

ஜானியை மறக்கவே முடியவில்லை!

பிறதொருநாள் லட்சுமியையும் விற்றுவிட்டார்கள். தொழுவத்திலிருந்து அதை அவிழ்த்து யாரோ கூட்டிப்போன நாள் என்னை மேலும் துக்கமாக்கியது.

ஆசை ஆசையாய் வாழை மரம் ஒன்று வளர்த்தேன். சுருள் சுருளாய் அதன் இலைகள் பச்சை பேசுவதைப் பார்த்து மகிழ்ந்தேன். விருந்தாளிக்குப் பரிமாற என் அக்கா இலைகள் அறுத்த நாளில் அந்த உறவும் பறிபோனது.

ஏற்கெனவே யாரிடமும் பேசாமல், பழகாமல் திரிந்த நான் இன்னும் இன்னும் எனக்குள்ளே ஒடுங்கிப் போனேன்.

அதை யாருமே உணரவில்லை!

யாருமில்லா உலகத்தில் தனியாய்த் திரிந்தேன். அதற்கும் ஒரு முடிவு வந்தது. அப்பாவுக்கு வேலை மாற்றம். குடும்பமே குடிபெயர்ந்து மதுரைக்குப் போய்விட்டோம்.

பாண்டியனின் தலைநகரம். சங்கம் வைத்து வளர்த்த தமிழ் நகரம். மீனாட்சி குடிகொண்டிருக்கிற கோயில் நகரம். நாயக்கர்கள் ஆண்ட கலை நகரம். எனக்கோ எல்லாமே நரகம்!

படிப்பை நான் பாடாய்ப்படுத்திய பள்ளி நாட்கள் மறக்கமுடியாது. என் பள்ளி நிறுவனம், 'ஐயையோ.. இவனை மாதிரி இன்னும் எத்தனை தறுதலைகள் இப்படிக் கிளம்பப்போகுதோ' என்று தலையிலடித்துக் கொள்ளும் என்பதால், சமூகநலன் கருதி பள்ளியின் பெயர் தவிர்க்கிறேன்.

ஆரம்பித்தது அட்மிஷன் காண்டம்! நான் டென்த் முடித்ததே பெரும் சாதனை. ப்ளஸ் ஒன் சேரவேண்டும். சிபாரிசுக்கெல்லாம் ஆள் பிடித்து பள்ளிக்கூடத்தின் ஹெட்மாஸ்டர் ரூமுக்குள் நுழைந்தோம். என் வாழ்வில் பேண்ட் என்ற ஒரு வஸ்துவை அதுவரை அணிந்ததில்லை. டவுசர் பாண்டியாகக் கைகட்டி நின்றேன்.

"நல்லா படிக்கிற பையந்தான் சார். கிராமத்துல ஸ்டாண்டர்டு சரியில்ல" என்று எதையோ சொல்லிச் சேர்த்துவிடத் துடித்தார் என் உறவுக்கார பி.டி.மாஸ்டர்.

ஹெட்மாஸ்டர் என்னை ஒரு முறை நிதானமாக கண்களாலேயே அடி ஸ்கேல் வைத்து அளந்து பார்த்தார். "அது சரி... இப்ப டவுசர் போட்டுத் திரியறவய்ங்களைத்தேன் நம்ப முடியறதில்லை" என்றவர், "டேய் பையா... இங்கே யூனிஃபார்ம் ஃபுல் பேண்ட் போடணும். டவுசர்லாம் அலோ பண்ண மாட்டோம்" என்றார். அவசரமாகத் தலையாட்டினேன்.

"நல்லா படிப்பியாடா?"

"நல்லா படிப்பான் சார். பள்ளிக்கூடத்துக்கே பெருமை தேடித் தர்ற மாதிரி படிப்பான் சார். எல்லாம் இனிமே உங்க கையிலதான் சார் இருக்கு" என்று தேவையே இல்லாமல் வார்த்தைகளில் விளையாடினார். பாவம் அந்த விளையாட்டு வாத்தியார். நான் கஷ்டப்பட்டு சிரிப்பை அடக்கிக் கொண்டேன்.

பள்ளிக்கூடம் போக ஆரம்பித்தேன். பாண்டியன் டவுன் பஸ்தான் எங்கள் வாகனம். ஆறேழு பையன்கள் நண்பர்களானார்கள். மன்சூர், ஹானஸ்ட், ஆன்டனி, அழகேசன் என்று ஒரு டீம் சேர்ந்தோம். வழியில் ஒவ்வொரு பஸ் ஸ்டாப்பிலும் ஒருவன் ஏறுவான். படு ரகளையான பயணம் அது. வழியெல்லாம் பெண்கள் பள்ளிகள். ஒவ்வொரு வகுப்புக்கும் ஒரு கலர் ரிப்பன். ரிப்பன் கலரை வைத்தே என்ன படிக்கிறாள் என்று கண்டுபிடித்து விடலாம்.

எங்களில் ரெண்டு பேர் காதல் வியாதியில் விழுந்தார்கள். லவ் பண்ணணும். ஆனால் ஆள் கிடைக்கணுமே!

ரெடிமேடாக லவ் லெட்டர்கள் வைத்திருப்பார்கள். நோட்டுப் புத்தகத்தில் கிழித்த காகிதத்தில் தமிழும் இங்கிலீஷும் கலந்து, அடித்தல் திருத்தல்களுடன் கிறுக்கலான கையெழுத்தில் எழுதிய கடிதங்கள். ‘நீ சம்மதிக்கவில்லையெனில் கைல பிளேடு போட்டுக்குவேன். செத்துப்போவேன்’ என்பது மாதிரி கடைசி வரி அதிர்ச்சியை எழுப்பும். ஜன்னலோரமாக உட்கார்ந்திருக்கிற பிள்ளையிடம் லெட்டரை நீட்டுவார்கள். அதுகள் பயந்து மிரளும். ‘ந்தா... வாங்கலை... மூஞ்சி மொகரையைப் பேத்துப்புடுவேன்’ என்று மதுரை ஸ்டைலில் லேசாக மணிக்கட்டை சுழற்றி நாக்கைத் துருத்தினால் ராணி மங்கம்மாளாக இருந்தாலும் லெட்டரை வாங்க வேண்டி இருக்கும்.

அடுத்த ஒரு வாரம் காய்ச்சலில் கிடந்த பிள்ளைகள், பஸ்ஸில் வருவதையே நிறுத்தியவர்கள், பள்ளிக்கூடம் வருவதையே நிறுத்தியவர்கள், பாதுகாப்புக்காக குடும்பத்தையே தினம் தினம் கூட்டி வந்தவர்கள் என்று அது ஒரு பெரிய லிஸ்ட். பிள்ளைகளுக்கா பஞ்சம்? ஒரு பிள்ளையின் பேர் தெரிந்தாலே போதும்... உடனே லவ்தான்... லெட்டர்தான். பேர் தெரியவில்லையென்றால், ஏதாவது நோட்டைப் பிடுங்கிப் பார்த்தால் பேர் இருக்குமே. நிர்மலா, X-D, ராஜேஸ்வரி, IX-B என்று. ஏற்கெனவே தயாராக இருக்கும் லெட்டரில் பேரை மட்டும்

எழுதி, கீழே பந்தாவாக மன்சூர் மாமா, அழகேசன் மாமா என்று உறவே கொண்டாடி லெட்டர் தருவார்கள்.

மதுரையில் ஃபிகர்களுக்கு 'ஜாரி' என்று செல்லப் பெயர். 'அவ நம்ம ஜாரி மாப்ளே... ரெண்டு லெட்டர் தட்டிவிட்டிருக்கேன். மந்திரிச்சு விட்ட கோழி மாதிரிதான் அலையறா' என்று பெருமை பேசுவதில் ஒரு சந்தோஷம்.

கையில் காசிருந்தால் கொண்டாட்டம். இல்லையென்றால் என்ன செய்வது? அதற்கென்றே ஏராளமான ஐடியாக்கள் எங்கள் வசமிருந்தன.

நாற்பது பக்க நோட்டு ஒன்று பெட்டிக்கடையில் வாங்குவோம். 'இளைஞர் நற்பணி மன்றம் வாலிபால் போட்டி, மாரியம்மன் கோயில் திருவிழா' என்று கொட்டைகொட்டை எழுத்தில் முதல் பக்கம் பிள்ளையார் சுழி போட்டு அடுத்த பக்கத்தில் நன்கொடையாளர்கள் என்று நாங்களே ஏதாவது ஏழெட்டுப் பேர்கள் எழுதுவோம். ராமதுரை -51ரூ. புவனேசுவரி - 25ரூ, செல்லப்பாண்டி - 11ரூ என்று மானாவாரியாக ஒரு பட்டியல் ரெடி பண்ணிவிட்டால் போதும்.

நண்பர்கள் அத்தனை பேரும் ரோட்டில் இறங்குவோம். அப்பிராணியாக ஏமாளி முகம் ஏதாவது தென்பட்டால் போதும், கபாலென அமுக்கி நோட்டைத் திணிப்போம். ''நீ பாட்டுக்குப் போய்ட்டேயிருக்க... மொதல்ல டொனேஷன் எழுதுறா. கோயில் காரியம்... கொஞ்சம் பாத்து எழுது'' என்று லேசாக சட்டை காலரைத் தூக்கிவிட்டபடி ஒருத்தன் ஆரம்பிப்பான்.

''இருங்கடா... அண்ணன் எழுதுவாரு. காசு தராம நகர முடியாதுல'' என்பான் இன்னொருத்தன். ''இல்லீங்... அவசர வேலையா அங்கிட்டுப் போய்க்கிட்ருக்கேன். பையில காசும் இல்லீங்க'' என்று பரிதாபமாகச் சமாளிக்கப் பார்ப்பார். அதற்குள் அவர் தோள்பட்டையில் கைவைத்து, ''அண்ணே... எதையாவது குடுத்துட்டுப் போ. யாரு வேணாம்னா...

சும்மா இல்லே... நொள்ளேனு எதையாச்சும் சொல்லிக் குண்டக்க மண்டக்க ஆகிப்போயிருச்சுன்னா அப்புறம் வருத்தப்படாத... ஆமா'' என்று டிகிரி டிகிரியாக மிரட்டல் அதிகரிக்கும். பயந்தவனாக இருந்தால் பத்து ரூபாயாவது அழுதுவிட்டுத்தான் போவான்.

பள்ளிக்கூடம் போகிற பிள்ளைகளையும் விடமாட்டோம். மனசுக்குள் சாபம் விட்டபடி ஜாமெட்ரி பாக்ஸ் திறந்து அவரவர் சத்துக்கு நாலணா, எட்டணா என்று ஏதாவது போடவேண்டும். 'வரட்டுமா... வந்துரட்டுமா' என்பது போல சில பிள்ளைகளுக்கு கண்ணீர் எட்டிப் பார்க்கும். 'த... ஓடு' என்றால்... கொலுசுக்கால்கள் சிணுங்க, ரப்பர் செருப்புகள் சபசபக்க ஓடியே போவார்கள்.

அரைமணி நேரத்தில் ஐம்பது, அறுபது ரூபாய் தேறி விடும். பிறகென்ன... பாதி மதுரை எங்கள் பாக்கெட்டில் இருப்பதுபோல உற்சாகத்துடன் அலைவோம்.

விதவிதமான போதைகளை ருசிக்கத் தொடங்கிய காலம். பள்ளிக்கூட வயசு. நல்லது, கெட்டது தெரியாத மனசு. எல்லா கெட்ட பழக்கங்களும் 'கும்பிடறேஞ் சாமி' என்றபடி எங்களுக்குள் குடியேறத் தொடங்கின.

நாட்டியப் பேரொளி பத்மினியின் ரசிகன் நான்!

பழைய படங்கள்... அதுவும் பத்மினியின் படமென்றால் விரட்டி விரட்டிப் போய்ப் பார்ப்பேன். எப்படி அப்படி ஒரு கிறுக்கு தொற்றியதோ... நான் பார்க்காத பத்மினி படமே இல்லை.

பையன்கள் காதலிப்பதை எல்லாம் படுகாமெடி பண்ணி, காலி பண்ணிக்கொண்டிருந்த நானே ஒருமுறை கவிழ்ந்து காதலில் விழுந்தேன். ஒரே காரணம், அவள் மூக்கும் நாட்டியப் பேரொளியின் மூக்கும் ஒரே மாதிரி இருந்தது. மூக்கைப் பார்த்து காதலில் விழுந்த ஒரே ஆள் நானாகத்தான் இருக்கும்!

கபடியாடுகிற கண்களும் பட்டாம்பூச்சிகணக்காக ரிப்பன்களுமாக பாவாடை சட்டை போட்ட ஆட்டுக்குட்டி மாதிரி இருப்பாள். ‘ஏய்... நில்’ என்றால் எதிர்திசையில் ஓடுவாள். குறுக்கே நான் நிற்பதைப் பார்த்தாலே, ‘சாமி காப்பாத்து...’ என்று சத்தமாகக் கும்பிடுவாள். அவள் விலகி விலகி ஓட.... விழுந்தது நான்தான்.

ஒரு நாள் அவள் வீடு இருக்கிற தெருவில் நான் மொபட் ஓட்டிக்கொண்டு போக, அவள் ஊடுகால் போட்டு சைக்கிள் ஓட்டப் பழகிக்கொண்டிருந்தாள். வண்டியை நிறுத்தி, அத ஓட்டறதுக்குப் பதிலா இத ஓட்டுறியா... நான் கத்துத் தர்றேன் என்றேன். ங்பே...புஸ்க்கு... எங்களுக்கு ஒண்ணும் வேணாம். நாளைக்கு கிடைக்கிற பலாக்காயைவிட இன்னிக்கு இருக்கிற களாக்காயே மேலு என்று தத்துவம் உதிர்த்துவிட்டு, சைக்கிளை வேகமாகத் தள்ளியபடி ஓடிப் போனாள். ‘ஆகா... என்னோட பேசிட்டா. அப்ப இது லவ்வுதான்’ என்று நான் அன்று மதுரை முழுவதும் வண்டியோட்டிக் கொண்டிருந்தேன்.

ஒரு நாள் போல ஒரு நாள் இருக்குமா என்ன?

விதி அன்று விளையாட்டுக்கு ஆள் தேடியதில் சிக்கியவன் நான். என் நண்பன் ஒருவனை எதிரி ஒருவன் நையப்புடைத்து விட்டான். வந்து தகவல் சொல்லும்போதே எங்களுக்கு ரத்தம் கொதித்தது.

‘‘நம்ம ஆள் மேல கை வச்சிட்டாண்டா... அவனப் போட்டுத் தள்றோம். நாளைக்கு பேப்பர்ல அவன் நியூஸாகணும்றா’’ ஒரு கொலைக்குத் தயாரானோம்.

அட ஆண்டவா... பீடி, சிகரெட் பிடிச்சாச்சு. கஞ்சாவும் அடிச்சாச்சு. இதோ இப்போ கொலை பண்ணவே தயாரா நிக்கிறேன்.

‘ஆமா... உனக்கு பொண்ணு பாக்குற நேரத்துல இப்படி அனுமார் மாதிரி வாராவாரம் நெஞ்சைத் திறந்து காமி. அப்புறம் யாரு பொண்ணு குடுப்பா?’ என்று என் வீட்டில் புலம்புகிறார்கள்.

6

எங்கள் பாக்கெட்டில் எப்போதும் ஒரு கத்தி இருக்கும்... தற்காப்புக்காக!

ரகசியம் பேச மாரியம்மன் தெப்பக்குளம் மண்டபம் பக்கம் ஒதுங்கினோம். உலகம் வெறுத்த சாமியார்களும் உலகமே வெறுக்கிற பிச்சைக்காரர்களும் ஓய்வெடுக்க ஒதுங்குகிற ஏரியா அது. அதுசரி... அவர்களும் நாங்களும் வேறு வேறல்லவே!

"மொத அடி மொரட்டு அடி அடிச்சுட்டோம்னா, அப்புறம் பய எந்திரிக்க மாட்டான். கிழிச்சு எறிஞ்சுரணும்ரா... எம்புட்டுப் பெரிய கேஸானாலும் பரவால்ல... பாத்துக்கலாம்..." போதையேற்றியபடியே கொலைத்திட்டம் தீட்டிக் கொண்டிருந்தோம். எல்லாம் கேட்டுக் கொண்டிருந்த ஒரு சாமியார் பயந்து போனார். "ரொம்பத் தப்பு மைசன்!" என்ற ரேஞ்சில் அவர் குரல் கொடுக்க, அதே வேகத்தில் அவரை ஓங்கி உதைத்தான் ஹானஸ்ட்!

"கெழவா... கம்முனு பொத்திக்கிட்டுப் போடா. இல்லனா சங்கறுத்துருவேன்!" என்று அவன் கத்தியைக் காட்ட, மஞ்சள் பையையும் காவித் துணியையும் அள்ளிக் கக்கத்தில் இடுக்கிக் கொண்டு ஓடியே போனார்... பாவம் அந்தச் சாமியார்!

நேரம் நிறைய மிச்சமிருந்தது. படபடப்பைக் குறைத்துக் கொள்ளவும் திட்டம் தீட்டுவதற்கு வசதியாக, நூன் ஷோவுக்கு ஒரு தியேட்டரில் நுழைந்தோம். அது ஒரு காமெடிப்படம். என்னையறியாமல் நான் கைதட்டிச் சிரிக்க, கூட்டாளிகளுக்கோ பயங்கரக் கடுப்பு...

''எவ்ளோ பெரிய வேலை செய்ய வேண்டியிருக்கு. இப்பிடிச் சிரிக்கிறியேடா!'' என்று என்னை அடக்கினார்கள். சாயங்காலம் சந்திப்போம் என்று பேசிவைத்துக்கொண்டு பிரிந்தோம்.

கொலைக்களம். கத்தியோடு காத்திருந்தேன். நண்பர்களோ இன்னும் வந்தபாடில்லை. எதிரி ஒரு பஸ்ஸிலிருந்து தனியே இறங்கினான். உதாராக காலரைத் தூக்கி விடுவதும், தலையைக் கோதுவதும், ஓரக்கண்ணால் நக்கலாகச் சிரிப்பதுமாக என்னை வெறியேற்றினான். சரியான தருணம் தேடி அசையாமல் இருந்த எனக்கு அதிர்ச்சி! எதிர்ப்பக்கமாய் ஒரு கடை வாசலில் ஒயர்க்கூடையோடு என் எதிர்கால அத்தை.

ஆகா... மாமியார் கண் முன்னால் அவமானப்படுவதா... என்னால் தாங்க முடியவில்லை. பாய்ந்து ஓடி, அவன் மீது நான் கத்தியைப் பாய்ச்ச, குத்து அவன் முதுகில் விழுந்து தீப்பொறி பறந்தது. புரியாமல், நான் இன்னொரு முறை மதுரை மணக்கும் கெட்டவார்த்தையுடன் அவன் முகத்தில் கீறினேன்.

பயந்து எகிறியவன் சரக்கென தன் பின் பக்கமாய் கைவிட்டு எதையோ உருவினான்.அவன் முதுகிலிருந்தது அரிவாள்! தபதபவென அவன் பக்கம் இன்னும் சிலர் இறங்க, தொடங்கியது ரணகளம்!

ஏதேதோ ஆயுதங்களை உருவினார்கள். எதிரிகளை நான்தான் குறைத்து மதிப்பிட்டுவிட்டேன். ஒருவன் கையிலிருந்தது பனங்கருக்கு!

காய்ந்த பனை மட்டையை மாதக்கணக்கில் எண்ணெயில் ஊறப்போட்டுப்போட்டு, கன்னங்கரேலென அதுவே இரும்பாகி இருக்கும். லேசாக மேல் போட்டு இழுத்தாலே, கொத்துக்கொத்தாகச் சதை கிழிந்து விடும். அப்படி ஒரு கெட்ட சனியன் அது!

விழுந்தது வெட்டு எனக்கு. சதக்சதக்கென நாலைந்து அரிவாள் வெட்டுக்கள் என் காலிலேயே விழுந்தன. புரொபஷனல் பொறுக்கியாக இருப்பான் போல. இன்னொரு பக்கம் பனங்கருக்கு வைத்திருந்தவன் கொத்தி இழுத்ததில் முதுகெல்லாம் ரத்தக்காயம். கண்கள் சுழல... அப்படியே நடுரோட்டில் விழுந்தேன். ஏதேதோ குரல்கள் கேட்டு மெள்ள அடங்கின. என்னைச் சுற்றிலும் ரத்தச்சேறு!

பெரியாஸ்பத்திரியில் சேர்த்திருந்தார்கள். கை, காலெல்லாம் பாண்டேஜ் துணிகள். குளூகோஸ் ஏறிக் கொண்டிருந்தது. கட்டிலைச் சுற்றி உறவுக் கூட்டம். ஆத்தா, அப்பத்தா என்று அத்தனை பேரும் நான் கண்முழித்ததும் கதறியழ, அண்ணன் சத்தம் போட்டு அத்தனை பேரையும் வெளியேற்றினான். ஆனால், யாருமே என்னைக் குற்றம்சாட்டி கைவிரல்கூட நீட்டவில்லை. கொஞ்சம்கூடக் கோபம் காட்டவில்லை.

இங்கு இப்படியிருக்க, மன்சூர் வீட்டில் கொதித்துப் போனார்கள். என்னை வெட்டியவனைக் கொலை செய்ய ஒரு கும்பலே இரவும் பகலுமாகத் தேடியலைந்தது. நல்ல வேளை... அவன் சிக்கவில்லை!

போலீஸ் வந்து விசாரித்துவிட்டுப் போனது. நான் உட்பட யாரும் உண்மை சொல்லவில்லை. ஓரளவு உடம்பு தேறியதும் வீட்டுக்குக் கூட்டிப் போனார்கள். வாசலில் வண்டி நின்று, நான் இறங்கக்கூட இல்லை. ''அங்கனயே நில்றா!'' என்று நாக்கைத் துருத்திக் கொண்டு ஆவேசமாக அண்ணன் உள்ளே ஓடினான். திரும்பி வந்தபோது, அவன் கையில் பெரிய கத்தி!

"எவன் உன்னைய வெட்டுனானோ, அவனைக் கண்டதுண்டமா பிய்ச்சு எறிஞ்சுப்புட்டு வாடா... இந்தாடா!" என்று வெறிக்கூச்சலோடு அவன் கத்தியை என் கையில் திணிக்க, ஆளாளுக்குச் சத்தம் போட்டு அவனை அமட்டி, என்னை உள்ளே கொண்டு போய்ப் படுக்க வைத்தார்கள்.

அந்த இரவு... எனக்கு உறவுகளைப் பற்றிய இன்னொரு பரிமாணத்தைப் புரியவைத்தது. நல்ல குளிர்... இரண்டு போர்வைகள் இழுத்துப் போர்த்திக் கிடந்தேன். உறக்கமுமில்லை... விழிப்புமில்லை. லேசாகப் பேச்சுக்குரல்கள் கேட்டன.

அம்மா, அப்பா, அக்கா மூன்று பேரும் என் அருகில் வந்தார்கள். போர்வையை விலக்கி, அந்த லேசான வெளிச்சத்தில் எனக்கு எங்கெல்லாம் தையல்கள் போடப்பட்டிருக்கின்றன என்று தேடித்தேடிப் பார்த்தார்கள்.

என் தலை கோதினாள் அக்கா. என் உள்ளங்காலைத் தன் உள்ளங்கையில் வைத்துக்கொண்டார் அப்பா. பாசத்தோடு என்னைத் தடவிக் கொடுத்தாள் அம்மா. மூவரின் விழிகளிலும் கண்ணீர். நான் தூங்குவது போலவே பாவனையில் கிடந்தேன்.

"பாக்க நோஞ்சானா இருந்தாலும் பய வீரந்தேன்! என்னா..." என்று அப்பா சொல்ல, பொசுக்கென்று அழுதாள் அம்மா.

அந்த இரவு முழுதும் நான் யாருக்கும் தெரியாமல் அழுதுகொண்டே இருந்தேன். ஆனால், நான் மகாத்மா இல்லையே! உடனேயே மனம் திருந்தி மனிதனாகிவிட..! எழுந்து நடமாடுகிற அளவு உடம்பு தேறியதும்... பழைய ஆள் கிளம்பிவிட்டான் தன் காதலியைத் தேடி!

பொறுக்கி ராஸ்கல் என்ற விஷயம் தெரிந்துபோனதாலா அல்லது முதல் பார்வையிலேயே கண்ணால் காறித் துப்புமளவுக்கு நான்

இருந்ததாலோ தெரியாது... அவள் மனசில் நான் நுழையவே முடியவில்லை.

பள்ளிக்கூடத்திலோ விஷயம் விவகாரமாகி, ஹெட்மாஸ்டர் ரூமில் குற்றவாளிகளை ஆஜர்படுத்தினார்கள். பள்ளியின் பெயர் கெட்டுப்போய் விடக்கூடாது என்று போலீஸிடம் போராடி, வில்லங்கம் தொடராமல் முடித்துவிட்டது பள்ளி நிர்வாகம்.

அத்தனை பேரும் அப்பாவிகளாக நின்றோம். ஹெட்மாஸ்டர் யாருடனோ போனில் பேசிக் கொண்டிருந்தார். என்னை சிபாரிசு பண்ணிச் சேர்த்துவிட்ட பி.டி.மாஸ்டர் அவமானத்துடன் நின்று கொண்டிருந்தார்.

அந்த அறை முழுக்கக் கறுப்புவெள்ளைப் புகைப்படங்கள். வருடம் வாரியாக எடுக்கப்பட்ட படங்கள். இரண்டாம் வரிசையில் இளைஞராக, புஸ்புஸ் தலையுடன் ஒரு வாத்தியாராக நின்றிருந்தார் ஹெட் மாஸ்டர்.

வருடத்துக்கு வருடம் படங்களில் அவர் தலைமுடி கழிந்துகொண்டே வந்ததை ஆவணப்படமாகவே பாதுகாத்தன அந்தப் படங்கள்! கர்லிங் ஹேர் தலை படத்தையும் இப்போது வழுக்கைத் தலையராக இருக்கிற ஹெட்மாஸ்டரையும் மாறிமாறிப் பார்த்த எங்களுக்குச் சிரிப்புத் தாங்கவில்லை!

"எருமை மாட்டை மண்டையில நக்க விட்டா... முடி வளர்ந்துரும் டோய்!" ஒருவன் சொல்ல, "அதுசரி... ஆனா, அந்த எருமை மாட்டுக்கு நாக்கு செத்துப்போச்சுனா... என்ன பண்ணுவே?" என்று இன்னொருவன் நக்கலடிக்க, படாரென போனை வைத்தார் ஹெட்மாஸ்டர்.

சேரை பின்னுக்குத் தள்ளிவிட்டு எழுந்தவர், எங்கள் பக்கம் திரும்பினார். இரண்டு கைகளையும் பெருமாளைச் சேவிக்கிற மாதிரி உயரே கூப்பிப் பெருசாகக் கும்பிடு போட்டார்.

"பெரிய மரியாதை தேடித்தந்திருக்கீங்க சார்... ரொம்பப் பெருமையாயிருக்கு!" என்று சிவாஜி பாணியில் அவர் குரலை உயர்த்தி, உடைத்துத் தழுதழுக்க... எங்களுக்கு இன்னும் சிரிப்பு.

"உங்களை என்ன பண்ணலாம்?" என்றவர், பி.டி. மாஸ்டரைத் திரும்பிப் பார்த்தார். அவரோ தங்க மோதிரத்தைத் தவறவிட்டவர் போல, தரையில் எதையோ தேடிக்கொண்டிருந்தார்.

"இனிமே நீங்க ஸ்கூலுக்கே வர வேணாம்..." என்றார் எங்களிடம் ஹெட் மாஸ்டர் அதிரடியாக.

"என்ன சார்... உங்கபாட்டுக்கு அசால்ட்டா பேசறீங்க! நா இந்த வருஷம் ஸ்டேட் ஃபர்ஸ்ட் வாங்கணும்னு பிளான் பண்ணிட்டிருக்கேன்" என்று சிரிக்காமல் மன்சூர் சொல்ல, எங்களுக்கோ சிரிப்பை அடக்க முடியாமல் தாடையும் வயிறும் வலியெடுத்தன.

'கிண்டல் பண்றானுக கொலை காரப் பாவிக' என்று பல்லைக் கடித்தவர், "சரி, முழுப்பரீட்சையை மட்டும் எழுதிக்குங்க. ஆனா அதுவரைக்கும் ஸ்கூல் பக்கமே வரக்கூடாது" என்றார் அடமாக.

"அப்ப அட்டென்டன்ஸ் இல்லைனா, ஸ்காலர்ஷிப் கெடைக்காதே!" பாயிண்டைப் பிடித்தான் அழகேசன். "அட்டென்டன்ஸ்தானே... அத நான் போடறேன். மொதல்ல இங்க நிக்காதீங்க. வெளிய போங்க. உங்களால இங்க இருக்கிற மத்தவனும் கெட்டுப் போயிறக்கூடாது. அதான் எனக்கு முக்கியம்..." என்றார். பேச்சுவார்த்தை படுசுமுகமாக முடிந்தது!

அடிச்சது லக்கி பிரைஸ்! விஷயம் வீட்டுக்கும் தெரியாது. ஜாலி பண்ண ஆரம்பித்தோம். கோயில் மண்டபத்திலேயே கிடந்தோம்.

சாமியார்களும் பிச்சைக்காரர்களும் சிநேகிதர்களானார்கள். டீ வாங்க, சிகரெட் வாங்க அவர்களைத்தான் பயன்படுத்துவோம்.

எங்களது புதிய தலைமைச் செயலகத்துக்கு மாரியம்மா இடம் தந்துவிட்டாள்!

ஒரு நாள் என் காதலியின் அண்ணனை விசாரணைக்குப் பிடித்து இழுத்து வந்தார்கள்.

''பாலு... சும்மா சொய்ங்கினு கெடக்கறான். எல்லாம் உந்தங்கச்சியால வந்த சனியன்... லவ் பண்ணிப்புட்டு, இப்ப இடையில புடுங்கிக்கிட்டா என்னடா அர்த்தம்?'' என்று மன்சூர் மிரட்ட, நடுங்கிப் போனான்.

''சார்... எப்பிடி சார் என் சிஸ்டரைத் தப்பு சொல்றீங்க? அவதான் சிக்னல் குடுக்கவே இல்லியே சார்!'' என்றான் பாவமாக.

''டேய்... அவ என்கிட்டே பேசினாள்ல... அப்ப அதுக்குப் பேரு என்ன?'' என்றேன்.

''சார்... தினம் யார்யார்ட்டயோ பேசறோம். அதெல்லாம் லவ்வா சார்?'' என்று புலம்பினான். அதற்குள் ஆறேழு அடிகள் விழுந்துவிட்டன.

''அய்யோ... அம்மா...'' என்று அழுதவன், ''உங்க சார்பா நானே எந்தங்கச்சிட்ட பேசிப் பாக்கறேன் சார்!'' சட்டைக் காலரில் கண்ணீரைத் துடைத்தபடி போனவன், மறுநாள் பரிதாபமாக வந்தான்.

''சார்... அவ புரிஞ்சுக்க மாட்றா சார். ரொம்பத் திட்றா சார். எங்கப்பாகிட்டே போட்டுக் குடுத்துருவேன்னு பயமுறுத்தறா சார்! சார், நானும் லவ் ஃபெயிலியர்தான் சார்... உங்க கஷ்டம் எனக்கும் புரியுது சார்!'' என்று பலவீனமாக நின்றவனை மண்டையில் தட்டி விரட்டிவிட்டோம்.

அடுத்தடுத்து தோல்விகள் என்னை நிலைகுலைய வைக்க... எதுவுமே புரியவில்லை. 'எதற்காக உயிருடன் நாமும் ஒரு ஜென்மமாக

அலைகிறோம்?' என்று என்மீதே எனக்குக் கழிவிரக்கம் வந்துவிட... என் தவறுகளுக்கெல்லாம் நானே ஒரு நியாயம் கற்பித்துக் கொண்டேன்.

போதையின் பாதையில் போகலானேன்!

ப்ளஸ் டூ இறுதித்தேர்வு வந்தபோது, சூபர்வைஸர்களுக்குக் காசு கொடுத்து, கிட்டத்தட்ட புத்தகத்தையே திறந்து வைத்துத்தான் பரீட்சைகள் எழுதினேன். இருந்தாலும், எந்தக் கேள்விக்கு என்ன பதில் என்று தேடக்கூடத் தெரியாத அளவு ஞானசூன்யம் நான்!

ரிசல்ட் வந்தது. நாங்கள் அத்தனை பேரும் பார்டரில் பாஸ். 1200நக்கு நான் எடுத்தது 555 மதிப்பெண்!

''எப்படிரா மாப்ளே... வாங்கற மார்க்குகூட, சினிமாக்காரன் பிடிக்கிற சிகரெட்டு மாதிரி ஸ்டைலா எடுக்கிறே!'' என்று சிரித்தார்கள் சிநேகிதர்கள்.

அடுத்தடுத்த வருடங்கள்தான்... என்னை மிருகமாகவும் மனிதனாகவும் மாறிமாறி மாற்றிய மிக முக்கியமான கால கட்டம்...

அமெரிக்கன் கல்லூரிக்குள் நுழைந்தேன்!

7

நண்பர்கள் அத்தனை பேரும் சிதறிப்போனோம்! வாழ்க்கை ஒரு மகாநதியாகப் பெருக்கெடுத்து ஓடுகிறது. ஆளுக்கொரு கரையேற வேண்டிய நேரம்! ஹானஸ்ட் ஒரு ஸ்போர்ட்ஸ்மேன். கோட்டாவில் பாலிடெக்னிக் போய்விட்டான். எல்லோரும் சிக்கிய இடங்களுக்குச் சிதறினோம்.

புத்தனுக்கு ஒரு போதி மரம்!

அமெரிக்கன் கல்லூரியில் மரங்களுக்குப் பஞ்சமே இல்லை. பரபரப்பான நகரத்துக்குள் பசேலென ஒரு காடு, அடர்ந்த மரங்களுக்கு நடுவே ஒரு சின்னச்சின்ன செங்கோட்டைகளாக... வெள்ளைக்காரனின் பெருமை பேசும் கட்டடங்கள். அங்கே படித்தால், அமெரிக்காவிலேயே படிப்பதுபோல ஒரு பெருமை மனதோரம் ஊறும்!

நான் வாங்கியிருந்த மதிப்பெண்ணுக்கு போப்பாண்டவரே வந்து சிபாரிசு செய்திருந்தால் கூட, கல்லூரிக்குள் நுழையவிட்டு இருக்கக்கூடாது. புள்ள பாவமா நிக்கிறானே என்று தமிழ் இலக்கியம் படிக்க இடம் தந்தார்கள்.

நான் படிக்கப்போவது இல்லை என்று வீட்டுக்குள் ஒரு பரபரப்பு அறிக்கை விட்டேன். ‘‘டேய்... ஒன்ன நெஜமாவே படிக்கவா சொல்றோம்? சும்மா மூணு வருஷம் போய்ட்டு வாடா.

கல்யாணப்பத்திரிகைல பெருமையாப் போட்டுக்கலாம்ல'' என்று கெஞ்சிக் கூத்தாடி புது சைக்கிள் வாங்கித் தந்து அனுப்பினார்கள்.

துணைக்கு ஒருத்தனாவது வேணுமே!

மல்லுக்கட்டி மன்சூரையும் அழைத்துப் போயிருந்தேன். முரடன் அவன். கழுத்தில் இரும்புச் சங்கிலி. மணிக்கட்டெல்லாம் செப்பு வளையங்கள் மீசையும் தாடியுமாக வந்து நின்றவனை ஏறிட்டுப் பார்த்தார் பிரின்சிபால் பி.டி.செல்லப்பா..

''என்ன விஷயமா வந்திருக்கீங்க?'' என்று உயர்தர ஆங்கிலத்தில் அழுத்தம் திருத்தமாய் அவர் ஆரம்பிக்க, ''ஆங்... எதுக்கு வருவோம்? படிக்கிறதுக்குத்தானே. ஸீட்டு குடுங்க.'' கண்டக்டரிடம் துட்டு கொடுத்து டிக்கெட் கேட்பவன்போல் அத்தனை அதிகாரமாகக் கேட்டான். பர்சனாலிட்டி டெஸ்ட்டிலேயே பார்ட்டி பயமுறுத்தியதால், மன்சூருக்கு ஸீட் மறுக்கப்பட்டது. அவமானத்தில் கோபமாக வெளியே வந்தான். அதான் சொன்னேன்ல மாப்ளே... இவிங்க ஸீட்டு தர மாட்டாய்ங்கன்னு. நான் நான் வக்ஃப் போர்டுல சேரப்போறேன்டா... என்று கிளம்பியவன். ''ந்தா... இவ்ளோ தூரம் வந்ததுக்கு இதான் கிடைச்சுச்சு'' என்று என் கையில் எதையோ திணித்தான். அது பிரின்சிபால் மேஜை மீது இருந்த யானை பொம்மை. சுட்டுவிட்டான் என் சுந்தர பாண்டியன்!

அமர்க்களமாய் ஆரம்பித்தது என் கல்லூரி வாழ்க்கை. அமெரிக்கன் கல்லூரியில் மூன்று வருடங்கள் படித்தேன். மன்னிக்கவும்.... படித்தேன் என்பது பொய் . 36 பேப்பர்களில் நான் பாஸானது ஒரே ஒரு பேப்பர் மட்டும்தான். ஆனால் அங்கே நான் கற்றுக்கொண்டது நிறைய!

தன்னையறிதல்தான் ஜென் தத்துவம் என்பார்கள். அமெரிக்கன் கல்லூரியின் முதல் நாள்... நேரடியாக வகுப்புகளுக்குச் செல்ல முடியாது. மெயின் ஹாலில் ஒரு விழா நடக்கும். புதிய மாணவர்கள் அத்தனை பேருக்கும் அங்கே உற்சாகம் ஊட்டுகிற ஆங்கில உரை

நிகழ்த்துவார்கள். அந்த வெள்ளாட்டு மந்தையில் நான் ஒரு விளையாட்டு ஆடு!

பிறகு, கல்லூரிக்குள் ஒரு சுற்றுலா அழைத்துப் போவார்கள், ஒவ்வொரு துறைக்கும் ஒவ்வொரு கட்டடம். பறவைகளின் ஒலிகள், ஜில்லிடும் அமைதி, மஞ்சள் பூக்கள உதிர்க்கிற மரங்கள் என அந்தச் சூழலே மனசை மலரவைக்கும்.

பிறகுதான் வகுப்புக்கு அழைத்துப் போவார்கள். புதிய இடம் நமக்கு ஓரளவு பழக்கமாகி, சின்னச்சின்னத் தயக்கங்கள் அகல ஆரம்பித்து... சில நாட்களுக்குப் பிறகுதான் சீனியர்களையே கல்லூரிக்குள் அனுமதிப்பார்கள். எவ்வளவு நுட்பமான... மென்மையான அணுகுமுறை, இத்தனை வருடங்களான பிறகும் மனசுக்குள் அலையடிக்கின்றன அந்த நினைவுகள்!

பாடம் படிப்பது எந்தக் காலத்திலும் எனக்கு ஏறாத விஷயம். இந்தியக் கல்வித்திட்டத்தை இன்சல்ட் பண்ணுவதற்கென்றே பிறந்தவனாச்சே... எனக்குப் படிக்கவும் பிடிக்காது. நல்லாப் படிக்கிறவங்களையும் பிடிக்காது.

புதிதாகப் புத்தகங்கள் வாங்கினால்கூட வாசனை பிடிப்பதோடு சரி. பிரித்துப் படித்துப் பழக்கம் இல்லை. அப்படி இருந்த என்னை முதன் முதலாக ஒரு புத்தகத்தின் தலைப்பு ஈர்த்தது.

அது நாஞ்சில்நாடனின் தெய்வங்கள் ஓநாய்கள் ஆடுகள்... பக்கங்கள் புரட்டியதில் தற்செயலாகக் கண்ணில்பட்டது அந்தக் கதை... எடலக்குடி ராசா!

பேர் சுவாரஸ்யப்பட அந்தக் கதையை வாசிக்க ஆரம்பித்தேன். கோடி மின்னல்கள் கூடித் தாக்கியதுபோல என்னை உலுக்கியது அந்தக் கதை. அந்த வட்டார வழக்கு. அது சொன்ன வாழ்க்கை... உடம்பெல்லாம் சிலிர்த்துப் போனது. ஏதோ ஒரு இடி எனக்குள்

இறங்கி என்னைச் சுக்குநூறாக உடைத்து எறிந்தது போல உணர்ந்தேன். எதிலேயும் நாட்டம் இல்லாமல், எதிலெதிலோ போதை தேடித் திரிந்த எனக்கு, இன்னோர் உலகத்தை இழுத்துத் திறந்துவிட்ட, நான் படித்த சிறுகதை அது!

அய்.... நாஞ்சில் நாடனே... எனக்குள் ஒரு தீபம் ஏற்றிய முதல் தீக்குச்சி நீதான். நீ இருக்கும் திசை நோக்கி வணங்குகிறேன்!

ஒருநாள் கல்லூரிக்கு ஜெயகாந்தனை அழைத்து வந்தார் பேராசியர் சாமுவேல் சுதானாந்தா.

ஜிப்பா போட்ட சிங்கம்போல ஒரு நடை, வளாகமே அதிரும்படியான பெருஞ்சிரிப்பு. ஞானச்செருக்கு என்பார்களே... அது அவரது ஒவ்வொரு அசைவிலும் தெறித்தது!

அதுவரை ஜே.கே.வை நான் அறிந்தது இல்லை. முதல் தரிசனமே அன்றுதான். அவரது திரைப்படங்கள் திரையிடப்பட்டன. பிறகு மாணவர்களுடன் நேருக்கு நேர்.

கல்லூரி மாணவர்களாச்சே... குறும்பு கொப்பளிக்கக் கேள்விகள் புறப்பட்டன. முகத்தில் அறைந்தாற்போல பொளேர் பொளேரென வெடித்தன பதில்கள்.

உங்க 'பாரீஸுக்குப் போ' நாவல்ல இங்கிலீஷ் வார்த்தைங்க நிறைய இருக்கே.... ஏன் உங்களுக்குத் தமிழ் தெரியாதா? கிறுக்குத்தனமாய் கேட்டான் ஒருவன்.

''தமிழ் எனக்குத் தெரியாமல் இருக்கலாம். ஆனால், தமிழுக்கு என்னைத் தெரியும். முதலில் உட்கார்'' என்று அவர் கர்ஜித்ததில் நடுங்கிப் போனான்.

''ஏன் சார்... பாஞ்சாலி அஞ்சுபேர்கூட வாழ்ந்தாளே.... அவ பத்தினியா? பரத்தையா?'' திடீரென ஒருவன் இப்படி ஒரு கேள்வி கேட்க, அரங்கமே அதிரிச்சியாகி... பயங்கர மௌனம்.

குரல் வந்த திசை நோக்கித் திரும்பினார் ஜெயகாந்தான். ''பத்தினிக்குப் பிறந்தவன் பார்வையில்.. பாஞ்சாலி ஒரு பத்தினி பரத்தைக்குப் பிறந்தவன் பார்வையில் பார்த்தால்... அவள் ஒரு பரத்தை, புரியுதா?'' சீறியது சிங்கம். கேள்வி கேட்டவன் கேவலப்பட்டுச் சுருண்டான்.

அப்படியே உச்சந்தலையில் இருந்து உள்ளங்கால் வரை மின்சாரம் பாய்ந்தது எனக்கு. அந்தப் பதிலில் இருந்த வேகம்... கோபம்.... தெளிவு.... அப்படியே ஒட்டுமொத்தமாக என்னைத் தாக்கியது.

எம்.ஜி.ஆரையும் சிவாஜியையும் மட்டுமே ஹீரோக்கள் என்று நினைத்து இருந்த எனக்குள் ஒரு சிம்மாசனம் போட்டு துண்டு உதறி அன்று அமர்ந்தார் ஜெயகாந்தன்!

என் வீட்டில் எப்போதும் 20 டிக்கெட்டுகள் இருப்பார்கள். நாங்களே 8 பிள்ளைகள் விருந்தாளிக் கூட்டத்துக்கோ கணக்கே கிடையாது.

காலையில் காபி போடுவது எல்லா வீட்டிலும் நடக்கிற விஷயம்தான். எங்கள் வீட்டில் அதுவே தனி காமெடி. காபி ரெடியானதும் ஒரு குண்டாஞ்சட்டியில் ஊற்றி, பக்கத்தில் நிறைய டம்ளர்கள் போட்டு வைத்துவிடுவார்கள். ஆளாளுக்கு டம்ளரை விட்டுக் கலக்கி மொண்டு கொள்ள வேண்டியதுதான்.

மாசாமாசம் பலசரக்குச் சாமான்கள் பட்டியல் போடும்போது என் அம்மா எழுதுகிற முதல் விஷயமே ஹமாம் சோப்பு 30 என்றிருக்கும். குடும்பமே தேய்த்துக் குளிக்க ஒரு நாளைக்கு ஒரு சோப் சரியாப் போகும் !

என் அப்பா மதிரி ஒரு அப்பாவி மனுஷனை, இதுவரை உலகத்தில் நான் சந்தித்ததே இல்லை. இனிமே பேங்க் மேனேஜர்கள் பேண்ட் அணிந்துதான் வேலைக்கு வர வேண்டும் என்று ஒரு ரூல் போட்டார்கள். வேட்டியைத் தவிர வேறு எதுவும் அறியாத மனுஷன்.

தன் வேலைக்கு டிஸ்மிஸ் ஆர்டரே வந்ததுபோல பதறிப் போய்விட்டார்.

முதல்முறையாக அவருக்கு ஒரு பேண்ட் அளவெடுத்துத் தைத்து வீட்டுக்கு எடுத்து வந்தோம். 'அளவு சரியா இருக்கா... போட்டுப் பாருப்பா' என்று கையில் கொடுத்ததும் உள் ரூமுக்குப் போய், போட்டுப் பார்த்தார். கொஞ்ச நேரம் மனுஷன் வெளியே வரவே இல்லை. அப்படி ஒரு கூச்சம். அநியாயத்துக்கு வெட்கம்.

பேங்க் வேலைக்குக் கிளம்பும்போது, வேட்டியுடன்தான் புறப்படுவார். கக்கத்தில் ஒரு மஞ்சள் பையில் பேண்ட்டை மடித்து வைத்திருப்பார். வங்கி அருகே போனதும், வேட்டியில் இருந்து பேண்ட்டுக்கு மாறி உள்ளே போவார். சாயங்காலம் வேலை முடிந்ததும் அங்கேயே வாசலில் பேண்ட்டைக் கழற்றி மடித்து வைத்துக்கொண்டு வேட்டியுடன்தான் வீட்டுக்கு வருவார்.

உலக விஷயம், உள்ளூர்த் தகவல் எதுவும் தெரியாத அந்த மனுஷனை அத்தனை பேரும் படாதபாடு படுத்துவோம். எல்லோரின் ரூத் பிரஷ்களும் ஒரே இடத்தில் கொட்டிக்கிடக்கும். அதிகாலையில் தூக்கக் கலக்கத்தில் எழுந்து போகிறவர், அதில் கை வைப்பார். எந்த பிரஷ் கையில் சிக்குகிறதோ... அதை எடுத்துப் பல் துலக்க ஆரம்பித்து விடுவார். பிரஷ் ஈரமாக இருப்பதை வைத்துக் கண்டுபிடித்துக் கண்டபடி திட்டித் தீர்ப்போம். பெத்த புள்ளைகதான்... திட்டிட்டுப் போகட்டும் என்று எந்தவித ரியாக்ஷனும் இல்லாமல் அமைதியாக நிற்பார்.

ராத்திரி அத்தனை பிள்ளைகளும் உறங்கிய பிறகு, எல்லோருக்கும் சரியாகப் போர்த்திவிட்டு கொசு கடிக்காமல் இருக்க ஃபேன் போட்டு விட்டு அவர் மட்டும் தூங்காமல் விழித்திருப்பார். ஊரே உறங்கிப் போன பிறகும் அவர் ஒவ்வொர் இரவும் காத்திருந்தது எனக்காக!

நானோ வேண்டுமென்றே டார்ச்சர் செய்வதற்காக, தாமதமாகத்

தள்ளாடியபடி வந்து நிற்பேன். கதவைத் திறந்து என்னை உள்ளே கொண்டுபோய் படுக்கவைத்த பிறகுதான் அவருக்கு உறக்கம் வரும்.

ஓர் இரவு... நான் வந்து காலிங்பெல்லைத் தொடக்கூட இல்லை. விளக்கைப் போட்ட அப்பா, இரண்டு கைகளையும் இடுப்பில் வைத்தபடி தைரியமாக என்னை முறைத்துப் பார்த்தார். ''என்ன, போஸ் குடுக்கற... கதவைத் திற!'' நான் சவுண்டு விட, அவர் ஆடிப்போய்க் கதவைத் திறந்தார்.

மொட்டைமாடிக்கு நான் படியேற, என் பின்னாலேயே ஓடிவந்தார். ''யே அய்யா. நா ஒன்னப் பெத்தவன்டா. கொஞ்சம் மரியாதையாப் பேசக் கூடாதா?'' என்றார் கெஞ்சலாக.

''என்ன மட்டுமா பெத்தே? அதான் இன்னும் ஆறெழு இருக்கே'' எனக்குள் எப்போதும் இருந்த வலியின் எரிச்சலில் கத்தினேன். இந்த வசனம் கேட்டாலே, மனிதர் நிலைகுலைந்து விடுவார். ஆனால், அன்று அவர் விடவே இல்லை. ''ஒரே ஒரு நிமிஷம் பேசணும்ப்பா....'' என்று கெஞ்சிக் கூத்தாடியவர், தடாலென நெடுங்சாண்கிடையாக என் காலில் விழுந்தார்.

பாலு.... நம்ம வம்சத்தில எவனும் உன் லெவலுக்கு இருந்தது இல்லப்பா... ஒன்கிட்ட எப்படிப் பேசறதுன்னும் தெரியலை. தயவுசெஞ்சு உடம்பைக் கெடுத்துக்காதடா கரகரவென கண்ணீர் வழிய, என்னைப் பார்த்துக் கையெடுத்துக் கும்பிட்டான் என் தகப்பன்!

அவர் என் காலில் விழுந்தபோதே பாதி நிதானத்துக்கு வந்துவிட்ட நான், அவரது கண்ணீரைப் பார்த்ததும், உடைந்தே போனேன். எனக்கும் கண்ணீர் வந்தது. ஆனால், காட்டிக்கொள்ளவில்லை. அழுதபடியே போய்விட்டார் அவர்.

வெகுநேரம் வானம் பார்த்தபடியே கிடந்த நான், ஒரு முடிவுக்கு வந்தேன். என் தகப்பனை நான் மிகவும் நேசித்த தருணம் அது!

8

பெத்த தகப்பனையே காலில் விழவெச்சுக் கதற விட்டாச்சு. சரி... போனால் போகட்டுமென அவருக்கு மட்டும் என் ஹிட் லிஸ்ட்டிலிருந்து விடுதலை கொடுப்பதென்று முடிவெடுத்தேன். ஆனாலும் அந்தப் பாவத்தை எங்காவது கழுவணுமே.. என்ன பண்ணலாம்?

மலைக்கு மாலை போடலாம். சுத்தபத்தமாக விரதம் இருக்கலாம். உடம்பையும் மனசையும் ஒரே நேரத்தில் 'ஓவராயிலிங்' பண்ணலாம் என்று முடிவெடுத்தேன். வரலாறு என்னைக் கழுத்து வலிக்கத் திரும்பிப் பார்க்கும்போது எழுத ஒரு நல்ல சமாச்சாரம் வேணுமே!

சபரிமலை, பழநிமலை இரண்டையும் சீட்டு எழுதிக் குலுக்கிப் போட்டதில் அதிர்ஷ்டம் அடித்தது என்னப்பன் முருகனுக்கு. ஒரு குருசாமியை கோழிக்குஞ்சு அமுக்குவது போல அமுக்கினேன். உடுப்பில் காவி, கழுத்தில் மாலை, நெற்றியில் சந்தனம் எனத் திடீரென ஸ்ரீலஸ்ரீ பாலசுப்ரமணிய சுவாமிகள் ஆனேன்.

என் கெட்டப்பைப் பார்த்து வீட்டில் மிரண்டு போனார்கள். மனசுக்குள் எவ்வளவு சத்தமாகச் சிரித்தார்களோ... தெரியாது. ஒரு பாக்கெட் கற்பூரத்தைக் கொட்டித் தீபாராதனை காட்டுவேன். கட்டு ஊதுபத்தியை மொத்தமாகக் கொளுத்தி புகை மண்டலமாக்குவேன்.

'பயபுள்ளைக்கு என்னாச்சு?' என்று புரியாமல் கலவரப்பட்டாலும் ஸ்ரீலஸ்ரீ சுவாமியாச்சே... பயபக்தியுடன்தான் நடந்து கொண்டார்கள்.

குருஜியின் தலைமையில் ஒரு கும்பலே யாத்திரையைத் துவக்கினோம். வீட்டில் அத்தனை பேரும் தடால்தடாலென என் காலில் விழுந்தார்கள். எல்லோருக்கும் விபூதி பூசி ஆசிகளை வாரி வழங்கினேன். பழநியை நோக்கிப் பாதயாத்திரை துவங்கியது. 'பழநிமலை முருகனுக்கு...' என்று குருசாமி கோஷமிட அத்தனைபேரும் 'அரோகரா' போட வேண்டும். எட்டுக்கட்டையில் ஆரம்பித்த என் அரோகரா மதுரையைத் தாண்டுவதற்குள்ளேயே லிப் மூவ்மெண்ட் மட்டுமே போட ஆரம்பித்தது.

முருகனின் உண்டியலில் போடச் சொல்லி ஆளாளுக்கு அம்பதும் நூறுமாகத் தந்திருந்ததில் முருகனுக்கு எவ்வளவு... எனக்கு எவ்வளவு என பெர்சன்டேஜ் கணக்குப் போட ஆரம்பித்தேன். குரு தியேட்டர் கடக்கும்போதே என் கால்கள் பின்ன ஆரம்பித்தன. 'கொக்கு மாதிரி கால் வெச்சுக்கிட்டு இதெல்லாம் அவசியமா?' என்று என் கால்களே என்னை நோக்கிக் கும்பிட ஆரம்பித்துவிட்டன.சகசாமி ஒருவரை அழைத்து என் லக்கேஜையெல்லாம் அவன் தோளில் ஏற்றினேன்.

''குருசாமி... இன்னும் எவ்ளோ தூரம் போகணும்?'' என்று நான் பரிதாபமாகக் கேட்க, அவர் அதிர்ந்து போனார். ''நாம் இன்னும் நடக்கவே ஆரம்பிக்கலை சாமி'' என்று அவர் சொல்ல, எனக்கு கெதக்கென்றது. 'அடடா.. தூரம் தெரியாம காலை வெச்சுட்டோமே' என்று என் சின்ன மூளை சிக்னல் கொடுத்தது. ''குருசாமி... இன்னிக்கு நடந்தது போதும். இப்படியே எங்கியாச்சும் உட்காருவோம்'' என்றபடி ஒரு மரத்தடியில் உட்கார்ந்தேன். வேறுவழியின்றி சகல சாமிகளும் ஓய்வெடுக்க ஆரம்பித்தனர். ஒருமணி நேரம் கூட ஆகியிருக்காது. ''போதும்.. போதும். எந்திரிங்க'' என்றபடி மறுபடியும் அரோகரா கோஷத்தை ஆரம்பித்தார் குருசாமி.

பொறுத்தது போதும் என்று பொங்கிவிட்டேன். ''யோவ் சாமி... கோயிலுக்குக் கூட்டிட்டுப் போகச்சொன்னா... வழியிலேயே என்னைக் கொல்லப் பாக்குறியா'' என்று நான் எகிற, அதுவரை தன் ஆன்மீக லௌகீக வாழ்வில் சந்திக்காத துன்பதுயரமெல்லாம் என் வடிவில் வந்து நிற்பதைப் பார்த்து அவர் வெலவெலத்துப் போனார். ''என்னால நடக்க முடியாது. நான் பஸ்லதான் வருவேன்'' என்றேன் அதிரடியாக. எவ்வளவு பேசிப்பார்த்தும் நான் பிடிகொடுக்காமல் நிற்க, எல்லோரும் கிளம்பினார்கள். நான் அந்த அப்பாவிச் சாமியை மட்டும் துணைக்குப் பிடித்தேன். ''இல்லீங்க. நான் நடந்து வர்றேன்னு பிரார்த் தனைங்க'' என்று பரிதாபமாகக் கெஞ்சியவரை, மிரட்டி நிறுத்தி விட்டேன்.

வாடிப்பட்டி பஸ் ஸ்டாண்டு. பழநிக்குச் செல்கிற பேருந்துகள் வந்து நின்று செல்ல நான் எதிலும் ஏறவில்லை. ''என்னாச்சு சாமி?'' என்று பார்ட்டி பயத்துடன் விசாரிக்க, ''வீடியோ கோச் வரும். படம் பார்த்துக்கிட்டே போலாம்'' என்றேன். அதற்கப்புறம் அவர் பேசவே இல்லை. 'விடியும் வரை காத்திரு' படம் பார்த்தபடியே ஜாலியாக பஸ்ஸில் பழநி போய்ச் சேர்ந்தோம். திடீரென்று எனக்கு மனசு உறுத்த, ''செஞ்ச தப்புக்குப் பிராயச்சித்தமா நாம மூணு தடவை மலையேறி இறங்குவோம்'' என்றேன். அந்த சாமி அழாத குறை. ''இதுக்கு நாம நடந்தே வந்திருக்கலாம் சாமி. ரெண்டும் ஒண்ணுதேன்'' என்றார் பரிதாபமாக. முருகனைக் கும்பிட்டு விட்டு வீடு வந்தும் புண்ணியமில்லாமல் போச்சு!

முதல்நாள் இரவு... என் வீட்டில் திருடுபோய் விட்டதாம். நான் போலிச்சாமியாம். பழநிமலைக்குப் போவதாகச் சொல்லிவிட்டு, பாதிராத்திரியில் வீட்டுக்குள் புகுந்து திருடிவிட்டேனாம். இத்தனை திருவிழாக் கூட்டத்துக்குள் புகுந்து திருடுகிற திறமைசாலி ஜில்லாவிலேயே நான் மட்டும்தானாம். அவார்டு வேறு கொடுத்தார்கள்!

வீட்டில் களவு போயிருந்ததில் முக்கியமான ஒன்று என் அப்பாவின் பேங்க் சாவிகள். ‘பேங்க்கையே கொள்ளையடிக்கிற அளவுக்கு புள்ள வளந்துட்டானோ’ என்ற பயம். பிறகு தேடிப்பார்த்ததில் வீட்டுக்குப் பின்புறம் சாவிகள் கிடக்க, கொஞ்சம் நிம்மதியானார்கள். என்னென்ன திருடு போனது என்று லிஸ்ட் எடுக்க ஆரம்பித்தார்கள். பூஜை ரூமுக்குள்ளிருந்து ‘அய்யய்யோ... பதக்கத்தைக் காணோம்’ என்று அலறினாள் அம்மா.

அந்தப் பதக்கம் எங்கள் குலவழி குடும்பச் சொத்து. முன்னொரு காலத்தில் கம்பம் பள்ளத்தாக்குப் பக்கம் ஒரு மதயானை அட்டகாசம் பண்ணியதாம். வயல்வெளிகளை அழிப்பதும், சிக்கியவர்களைத் தூக்கிமிதித்து துவம்சம் பண்ணுவதுமாக அதகளம் பண்ணிய யானை. தனி ஒரு மனிதனாகப் போய் அதன் நெற்றிப்பொட்டில் துப்பாக்கியால் சுட்டு வீழ்த்தியவர் என் முப்பாட்டன். அதைக் கௌரவிக்க வெள்ளைக்கார அரசு, ஒரு தங்கப்பதக்கம் பரிசு தந்ததாம்!

பதக்கம் வீடு வந்து சேர்ந்த கொஞ்ச காலத்தில் அடுத்தடுத்து கெட்டது நிகழ, ‘எல்லாமே இந்தப் பதக்கத்தால வந்தது’ என்று பயந்து போய், ‘இந்தச் சனியனே வேணாஞ்சாமி. நீங்களே வெச்சுக்கங்க’ என்று திரும்பப் போய்க் கொடுத்துவிட்டார்கள். எப்பேர்ப்பட்ட புத்திசாலி வம்சம் பாருங்கள்.

பரிசின் அருமை புரியாத பாமரக்கூட்டம் என்று யோசித்த வெள்ளைக்காரத் துரை தங்கத்துக்குப் பதில் வெள்ளியில் பதக்கம் செய்து மறுபடியும் தந்தாராம். ஒரு யானையின் உருவம் பொறித்த வெள்ளிப்பதக்கம் அது!

எங்கள் வீட்டில் ஏதாவது விசேஷம் என்றால், அந்தப் பதக்கத்தை அணிந்து கொள்வார்கள். கல்யாணமென்றால் மாப்பிள்ளையின் கழுத்தில் அந்தப் பதக்கம் தொங்கும். பூஜையறையில் அதற்குத் தனி மரியாதை. ‘அப்படி ஒரு பதக்கத்தை பயபுள்ள திருடிப்புட்டானே’ என்பதுதான் அவர்களின் வேதனை.

"இல்ல... நான் திருடலை. எந்தக் கோயில்லனாலும் வந்து சத்தியம் பண்றேன்" என்று நான் சொல்ல, "செலவுக்கு காசு வேணும்னா கேளு. எவ்ளோனாலும் தர்றோம். பதக்கத்தை எங்கே வித்தேனு மட்டும் சொல்லிப்புடு" என்று கெஞ்சிக் கூத்தாடினார்கள். கடைசிவரை யாரும் என்னை நம்பவே இல்லை. செய்யாத குற்றத்துக்கு பழிபாவம் சுமந்த என்னால் எப்படி நிம்மதியாக இருக்க முடியும். சாமி மறுபடியும் மலையேறியது!

கல்லூரி வளாகம் தனி உலகம்! வாசலிலேயே சைக்கிள் ஸ்டாண்ட் ஓரமாக 'வெஸ்டர்ன் மியூஸிக்' பிரியர்கள் கூடி இங்கிலீஷ் கும்மியடிப்பார்கள். பணக்காரப் பிள்ளைகள் பைக்கிலும், காரிலும் பறப்பார்கள். படிப்பதற்கு மட்டுமே வந்த கிறிஸ்தவப் பிள்ளைகள், சேப்பலில் அதிகாலைப் பிரார்த்தனையுடன் நாளைத் துவக்குவார்கள். முதுகலை படிக்கிற தேவதைகளிடம் இன்றாவது ஒரு வார்த்தை பேசிவிட வேண்டும் என்று ஒரு கூட்டம் அலையும். இதற்கு நடுவே தமிழ்த்துறை தனித்தீவு!

நான் பொதுவாக வகுப்புகளுக்குப் போகமாட்டேன். ஏதேனும் ஒரு மரத்தடியில் சாய்ந்து கிடக்கிற என்னைப் பார்த்து, "என்ன மைனரு. வேட்டையாடின களைப்புல ஓய்வெடுக்கறீங்களா?" என்று போகிறபோக்கில் சிரித்தபடி கேட்பார் பேராசிரியர் சாலமன் பாப்பையா. படாரென ஒரு சல்யூட் வைத்து எழுந்து நிற்பேன்கூச்சமாக!

இலங்கையில் இனக்கலவரம்! ஆயிரமாயிரம் ஜனங்கள் அகதிகளாக இந்தியக் கரையோரம் ஒதுங்கிக் கொண்டிருந்த நேரம். ஈழத் தமிழர்களுக்கு ஆதரவாகப் பேரணிகள், கூட்டங்கள், நிதியுதவிகள் என்று தமிழகமே நெகிழ்ந்து நின்ற பொழுது... மாணவர்களாகிய நாங்களும் ஊர்வலம் போனோம். கோஷங்கள் விண் பிளந்தன. போக்குவரத்து ஸ்தம்பித்தது.

பெரிய ஆஸ்பத்திரியை ஊர்வலம் கடக்கும்போது ஜன்னலோரம் நிறைய நர்ஸ்கள் நின்று வேடிக்கை பார்த்தார்கள். இளவயசு வேகம்...

‘நர்ஸ்களை தேசியமயமாக்கு’ என்று ஒரு கும்பல் கோஷம் போட்டது. எங்கள் பேராசிரியர் அதிர்ந்து போனார். ஆளாளுக்குச் சத்தம் போட்டு அவர்களை அடக்கி விட்டார்கள்.

அந்தப் பேராசிரியர் ஐசக்!

சர்க்கஸ் ரிங் மாஸ்டர் போல பார்வையாலே பயமுறுத்துகிற மனிதர்... மறுநாள் காலையில் முதல் நாள் கோஷம் போட்ட சிலரைத் தேடிப் பிடித்து நிறுத்தினார். துளிக்கூட கோபம் காட்டவில்லை. அவர் கண்களில் வருத்தம் மட்டுமே வழிந்தது.

‘‘நர்ஸ்னா யாரு தெரியுமா? நர்ஸ்க்கு தமிழ்ல என்ன அர்த்தம் தெரியுமா...? செவிலித்தாய்! பெத்த அம்மாகூட தன் பிள்ளைகளை மட்டும்தான் பார்ப்பா. ஆனா, உலகத்தையே தன் புள்ளைகளாகப் பார்க்கிறது நர்ஸ்ங்கற வர்க்கம் மட்டும்தான்டா. வாங்கற சம்பளத்துக்குச் செய்ற தொழில் இல்லைடா... அதுக்குப் பெரிய மனசு வேணும்!

தொட்டுத் துடைச்சு, மருந்து போட்டு, ராப்பகலா கண்முழிச்சு பணிவிடை பண்ற நர்ஸ் ஒவ்வொருத்தியும் நமக்கு சாமி. ரொம்பத் தப்பு பண்ணிட்டீங்கடா. அம்மாவை அசிங்கமாப் பாக்கிற புத்தியிருக்கிற எவனையும் என் ஸ்டூடண்ட்னு சொல்லிக்க கஷ்டமாயிருக்குடா...’’ சொல்லும்போதே அழுதுவிட்டார். சிங்கம் போலத் திரிகிற அவர் அன்று அழுத கண்ணீர் அத்தனை பேரையும் அமிலமாகப் பொசுக்கிப் போட்டது!

இன்றைக்கும் நர்ஸ்களை தாயின் வடிவமாகப் பார்க்கிறேன் என்றால் அதற்குக் காரணம் ஐசக் சார். சென்ற வருடம் அவர் செத்துப்போனாராம். யார் சொன்னது... என்னைப் போல எத்தனையோ பேரின் நெஞ்சிலும் நினைவிலும் நீங்கள் வாழ்கிறீர்கள் அய்யா!

9

கதை, கவிதை, பேச்சு என்று கல்லூரிக்குள் ஒரு கூட்டம் அலையும். கிடார், மியூஸிக் என்றொரு கும்பல் திரியும். ஹாக்கி, கிரிக்கெட், டென்னிஸ் என்றொரு பக்கம் அசத்துவார்கள். என்.சி.சி. என்று கிளம்பிப் போய் ஜனாதிபதியிடம் பதக்கம் வாங்கி வருவார்கள். சில பையன்களின் புகைப்படத்துடன் இந்து ஸ்போர்ட்ஸ் பக்கம் செய்திகள் வரும். 'கல்ச்சுரல்ஸ் மச்சான்' என்று இருபது முப்பது பேர் கல்லூரி அனுமதியுடன் ஊர் ஊராகச் சுற்றுவார்கள். பேராசிரியர்களுக்கே சில புலிகள் பாடம் நடத்துவார்கள்.

இவர்களுக்கிடையே நான் யார்?

ஒரு முறை என் பேராசிரியர் சாமுவேல் சுதானந்தாதான் சொன்னார். ''ஒரு விஷயம் மனசுல வைச்சுக்க. உனக்கெல்லாம் அட்ரஸே கிடையாது. அமெரிக்கன் காலேஜ் ஸ்டூடண்ட்ங்கறதாலதான் மதிப்பே. கோர்ஸ் முடிச்சு வெளியே போயிட்டா அந்த அட்ரஸும் போயிடும். என்னிக்காவது ஒரு நாள் உன்னைப் பார்த்து, 'இவர் அமெரிக்கன் காலேஜ்ல படிச்சவர்'னு நாலு பேர் சொன்னாத்தான் உனக்கும் மரியாதை. காலேஜுக்கும் மரியாதை'' என்றார். ஏனோ தெரியாது... அந்த வசனம் ஒரு மந்திரம் மாதிரி என் மனசுக்குள் அமர்ந்தது.

மீண்டும் அவளைப் பார்த்தேன்!

மிக மிகத் தற்செயலான சம்பவம் அது. சித்திரைத் திருவிழா நேரம்... கோபுரம் பார்த்தபடியே கோயில் வீதியில் நடக்கையில், கூட்டத்தில் தெரியாமல் யாரையோ இடித்து விட்டேன். ஸாரி சொல்ல நிமிர்ந்தால்... அவள்!

பாவாடை ஆட்டுக்குட்டி பட்டுத்தாவணிக்கு மாறியிருந்தாள். அவள் கண்களில் மின்னிய கோபம் அப்படியே அலட்சியமாக மாறிய விநாடியை இப்போதும் நினைத்துப் பார்க்கிறேன். 'அடச்சீ... நீயா? என்னா ஆட்டம் போட்டேடா நீ!' என்பது போல ஏகப்பட்ட இளக்காரம் சுமந்த பார்வை. எனக்கோ லேசான ஏக்கப் பார்வை.

'இடிக்கிறதுக்குனே நாக்கைத் தொங்கப் போட்டுக்கிட்டு அலையுதுங்க' என்று அவள் யாரிடமோ சொல்லியபடி நகர.. என்னை நானே கேவலமாக உணர்ந்தேன்.

ஒரு காதலை... அன்பை... தவிப்பை... ஏற்றுக்கொள்ளாமல் போ! புரிந்துகொள்ளாமல் போ! ஆனால், இத்தனை அலட்சியமாக நிராகரிப்பாளா ஒருத்தி!

மறந்திருந்த மனக்குரங்கு மறுபடியும் உச்சியேறி உலுக்கத் தொடங்கிவிட்டது. நொந்து நூலாகி ஆறுதல் தேடினேன். பொருத்தமாக தேவி தியேட்டரில் 'தேவதாஸ்' படம் ஓடிக்கொண்டிருந்தது. ஹீரோ நாகேஸ்வரராவ் என்னை மாதிரியே இருந்தார் ஒல்லிப் பிச்சானாக. அவருக்கும் காதல் தோல்வி. கையில் மதுப்புட்டி, பக்கத்தில் நாய்க்குட்டி என சோகம் கொண்டாடிக் கொண்டிருப்பார்.

'உலகே மாயம் வாழ்வே மாயம்

நிலையேது நாம் காணும் சுகமே மாயம்'

என்ற பாடல் ஏதோ எனக்காகவே பாடப்பட்டது போலத் தோன்றும். நாலு ஸீட்டுகளில் கை, கால் பரப்பிக் கிடக்கிற என்னுடன் தினம் தினம் தன் சோகத்தை நாகேஸ்வரராவ் பகிர்ந்து கொண்டிருப்பார்.

இப்போது விடுதலைப்புலிகள் தொடர்பான வழக்குகளில் ஆஜராகி வாதாடுகிற வழக்கறிஞர் சந்திரசேகரன், அப்போது எங்களின் ராஜகுரு.

எதுவாயிருந்தாலும் அவரிடம்தான் ஓடுவோம். சட்டம் படித்துக்கொண்டிருந்தார். எங்களின் காதல் கதைகளை அவரிடம் சொல்லி ஆலோசனை கேட்போம். 'you people are not eligible to love. அப்பன் காசுல பூ வாங்கித் தர்ற பயலுக்கெல்லாம் காதலிக்கத் தகுதி இல்லை' என்பார்.

அவர்தான் சொல்வார்... 'நல்லா ஆட்டம் போடுறா... ஊர் சுத்து... கெட்டுக் குட்டிச்சுவராக்கூடப் போ. ஆனா ஒரு நாளைக்கு ஒரு புது விஷயமாவது தெரிஞ்சுக்க. ஒரே ஒரு விஷயம்... ஒரே ஒரு தகவல் புதுசாத் தெரிஞ்சுக்காமத் தூங்காதே' என்று அடிக்கடி சொல்வார். மறக்கமுடியாத மனிதர்!

என் சீனியர் ஒருவர். இங்கிலீஷ் சரஸ்வதி அவரது நாக்கில் பாலே நடனமாடுவாள். அபாரமான திறமைசாலி. தெருவில் இறங்கினால் பாதிப் பேர் அவருக்கு நண்பர்களாகத்தான் இருப்பார்கள். எனக்கும் அவர் நட்பு.

அப்படியொரு மனிதன் எந்நேரமும் கஞ்சா கசக்கிக்கொண்டே திரிவார். அவரருகில் போனாலே... நமக்குக் கிறுகிறுக்கும். அப்படி ஒரு போதை.

ஒரு நாள் ரோட்டில் விழுந்து கிடந்தார். ஒரு ரிக்ஷாவில் அவரை ஏற்றி அனுப்பினேன். வசதியாகச் சரிந்துகொண்டு, 'வாட் டா... டு யூ நோ மீ?' என்று என்னைக் கேட்டார். நான் யாரென்பதே அவருக்குப்

புரிகிற நிதானத்தில் இல்லை. அடுத்த இரண்டாவது நாள் அவர் இறந்து போய்விட்டார்.

'அவரெல்லாம் இவ்ளோ நாள் இருந்ததே அதிசயந்தேன். சும்மா டோப்பு போட்டுக்கிட்டே திரிஞ்சா...' என்றான் தகவல் சொன்னவன். ஒரு நிமிஷம்... உலுக்கிப் போட்டது. சங்கு ஊதும் சத்தம் என் மனதுக்குள்ளும் கேட்டது!

ஒருவழியாக மூன்று ஆண்டுகள் முடிந்து கல்லூரியை விட்டு வெளியேற வேண்டிய கடைசிநாள்... எத்தனையோ சாத்தான்களால் சபிக்கப்பட்டாலும் அன்றுமட்டும் அத்தனை தேவதைகளாலும் ஆசீர்வதிக்கப்படுவோம்!

படிப்பு முடிந்து வெளியேறுகிற இறுதியாண்டு மாணவர்கள் அத்தனை பேரும் துறைவாரியாக 'மெயின் ஹால்' அரங்கத்தில் அணிவகுத்தோம். **Cendle light ceremony** என்று பெயர் அதற்கு.

மேடையில் பிரின்ஸிபால், வைஸ் பிரின்ஸிபால், துறைத்தலைவர்கள் அமர்ந்திருந்தார்கள். பிரார்த்தனைப் பாடல்கள் காற்றில் கலந்தன. அது கிட்டத்தட்ட ஞானஸ்னானம் வழங்குகிற தினம்!

பேராசிரியர்கள் பேசினார்கள்... 'நண்பர்களே... எங்கள் தோட்டத்துப் பறவைகளே... நாங்கள் வளர்த்தெடுத்த செல்லக் குழந்தைகளே... இதோ இன்றுடன் உங்களது கல்லூரிப் படிப்பு நிறைவடைகிறது. இனி நீங்கள் தளபதிகள்... நாளைய சக்ரவர்த்திகள்... நம் கல்லூரியின் இரும்புக்கதவுக்கு வெளியே ஒரு பொன்னுலகம் காத்திருக்கிறது. ஆயிரமாயிரம் ஆச்சரியங்களையும் எண்ணற்ற ஆபத்துகளையும் பொதித்து வைத்திருக்கிற பொன்னுலகம். பிள்ளைகளே... நீங்கள் ஜெயிக்கப் பிறந்தவர்கள். நீ பயின்ற கல்வி, நீ சேர்த்த அறிவு, நீ வளர்த்த திறமை, உன் ஈர இதயம் இந்தச் சமுதாயத்துக்கு ஒளி வழங்கட்டும். உன்னால் இந்த உலகம் இன்னும் புத்தொளி பெறட்டும். நீங்கள் ஆசீர்வதிக்கப்பட்டவர்கள்.'

இசை கசியும்போதே அரங்கத்தின் அத்தனை விளக்குகளும் அணைக்கப்பட்டன. உலகமே இருளோடிக் கிடக்க, மேடையில் ஒரே ஒரு குத்துவிளக்கில் சுடர் மட்டும் தகதகத்தது. அதுவரை அலைபாய்ந்த மனதெல்லாம் அந்த சுடர் நோக்கிக் குவிந்தது. பிரின்ஸிபால் ஒரு மெழுகுவர்த்தியில் அந்தச் சுடரெடுத்தார். அருகிலிருந்த பேராசிரியர்களின் கைகளிலிருந்த மெழுகுவர்த்திகளுக்கு அந்தச் சுடர் பரவியது. அப்படியே ஒரு நெருப்பு நதி அரங்கம் முழுக்கப் பரவி அத்தனை மாணவர்களின் கைகளிலும் மெழுகுவர்த்திச் சுடரொளி. அரங்கமே இளமஞ்சள் ஒளியில் வாழ்நாளில் அதுவரை பார்த்திராத வினோதமான உயிரோவியமாக என் மனதில் பதிந்தது.

'இந்தச் சுடரொளி நம் ஒவ்வொரு நெஞ்சிலும் ஒளிரட்டும். இது உன் வாழ்வுக்கான வெளிச்சம். நீ தேடப் போகும் உலகத்தை உனக்கு இது காட்டும். இதோ நீ ஆசீர்வதிக்கப்படுகிறாய்'

அப்படியே கண்கள் பனிக்க நெஞ்சு நடுங்க வார்த்தைகளற்ற உலகத்தில் ஒவ்வொருவனும் நின்றிருந்தோம். பிரார்த்தனை நிகழும்போதே வெளியேறி கையிலிருக்கிற மெழுகுவர்த்தியை அரங்குக்கு வெளியே பால்கனிச் சுவர் மீது வைத்துவிட்டுக் கலைய வேண்டும்.

அந்த கணம்... இதோ இப்போதும் என் முன்னே விரிகிறது. படபடவெனக் காற்றடித்தது. கையில் சுடர் துடித்தது. சுவரில் தீபத்தை நிலை நிறுத்தும் முன்பு அது அணைந்துவிடக்கூடாதே என்று அத்தனை இதயங்களும் துடித்தன. உள்ளங்கைகளுக்குள் ஒளியைப் பொத்தி... அந்த மெழுகுவர்த்தியை சுவரேற்றிவிட்டு படிகள் இறங்கியபோது அழுகை வெடித்துக் கிளம்பியது. உலகமே அநாதையாக்கப்பட்டது போல அத்தனை பேரும் கதறிக்கதறி அழுதோம். கட்டிக்கொண்டு அழுதோம்.

பத்து நிமிடம் பார்த்தார்கள். பிறகு உள்ளேயிருந்த அத்தனை மாணவர்களையும் பேராசிரியர்கள் வந்து வலுக்கட்டாயமாக அப்புறப்படுத்தி வெளியே தள்ளி இரும்புக்கதவை இழுத்துச் சாத்தி, 'குட்பை மை பாய்ஸ்' என்று கண்கலங்க கையசைத் தார்கள். அத்தனை பேரும் கற்று முடித்து விட்டார்கள். நான் என்ன படித்தேன்? எனக்கு என்ன தெரியும்? நான் இனி என்ன செய்யப் போகிறேன்?

சாலையில் எல்லோரும் என்னை மட்டுமே பார்ப்பதுபோல உணர்ந்தேன். உடம்பெல்லாம் கூசியது. கணக்கிலடங்காத போதையடித்துவிட்டு கோரிப்பாளையம் சாலையோரமாகவே மயங்கினேன்.

கண் விழித்தபோது மருத்துவமனையில் கிடந்தேன்.

"விடிஞ்சுருச்சா?" என்று கேட்டேன் அவசரமாக.

"நாலு நாளு விடிஞ்சுருச்சு. இன்னிக்கு அஞ்சாவது நாளு" என்றான் குட்டியப்பு. சுயநினைவில்லாமலேயே கிடந்திருக்கிறேன்.

"எங்க எவனையும் காணோம். கட்டிலைச் சுத்தி கூடிக் கும்மியடிச்சு ஒப்பாரி வைப்பாங்களே" என்று என் வீட்டாரைப் பற்றிக் கேட்டேன்.

"இல்லே... வீட்லேர்ந்து யாருமே வரலை. வரமாட்டோம்னு சொல்லிட்டாங்க" குட்டியப்புவும் செந்திலும் சொல்லச்சொல்ல நான் விரக்தியின் உச்சத்துக்கே போய்விட்டேன்.

ஓ... வீட்லேயும் என்னைக் கைவிட்டுட்டாங்களா?!

ஆமா. இதென்ன புதுசு! அதான் அவங்க ஏற்கெனவே முடிவெடுத்துட்டாங்களே... 'இந்தப் பயஇன்னும் ஒரு வருஷம்கூடத் தாங்க மாட்டான்' என்று!

அடச்சே... இனி இங்கே இருப்பதே அசிங்கம்! என்னைநினைத்தால் எனக்கே அருவருப்பாக இருந்தது. இனி பாழாப்போன இந்தச்

சனியனைத் தொடக்கூடாது என்று முடிவெடுத்தேன். பொழைக்கணும்... நான் ஜெயிக்கணும்!

'சரி.. நீங்க முடிவெடுத்துட்டா சரியாப் போச்சா? உனக்கென்னடா தெரியும்?' என்னை நானே கேட்டேன்.

'ஒரு எழவும் தெரியாதுதான். யார்ட்டயும் கைகட்டி நிக்க முடியாதுதான். பொழைக்க வழியேதும் தெரியாதுதான்'

'அப்புறம்..?'

'சினிமால சேர்ந்துரலாம்' என்று நினைத்தேன். என்ன துணிச்சலோ... கோடம்பாக்கத்துக்கான வழியை விசாரிக்க ஆரம்பித்தேன்.

சினிமா பற்றி எனக்கு என்ன தெரியும்..? ஒண்ணும் தெரியாது! அதனாலென்ன... எதுவும் பெரிய கம்பசூத்திரமில்லை!

10

சென்னை செல்ல காசு வேணுமே!

அதுசரி... ஐடியாவுக்கா பஞ்சம்!

மதுரையில் சித்திரைத் திருவிழா... அழகர் வைகையாற்றில் இறங்கிவிட்டு மறுநாள் வண்டியூரில் இருக்கிற அவரது ரகசிய சிநேகிதி வீட்டுக்குப் போவார். அவரை சொகுசாக வழியனுப்ப அத்தனை பட்டிதொட்டியிலிருந்தும் பக்தகோடிகள் வருவார்கள். அவர்களுக்குப் புளியோதரைப் பொட்டலங்கள் போட்டு விற்றுக் காசு பண்ணலாம் என்பது திட்டம்.

அறுசுவைப் பேரரசுகள் நாங்கள் நாலுபேரும் சமையலில் இறங்கினோம். ஐந்நூறு புளியோதரைப் பொட்டலங்கள்... ஐந்நூறு தயிர்சாதப் பொட்டலங்கள்... சரக்கு ரெடியானதும் ஒரு டிரை சைக்கிளில் ஏற்றி வைகை கீழப்பாலம் பக்கம் தள்ளிக்கொண்டு வந்தோம்.

"பொட்டலம்... பொட்டலம்... எதையெடுத்தாலும் அஞ்சு ரூபா. அள்ளிக்க... அள்ளிக்க... அழகர் ஸ்பெஷல் புளியோதரை... கெட்டித் தயிரோய்..." பிரமாதமாய் கூவ ஆரம்பித்தோம். எந்த நாயும் எங்களைச் சீண்டவேயில்லை.

''டேய்... என்னடா ஒரு பயலும் கண்டுக்க மாட்டேங்கறான். பேசாம கஞ்சாப் பொட்டலம் கொண்டு வந்திருந்தா பிச்சுக்கிட்டுப் பறந்திருக்கும்டா'' என்று விரக்தியில் கத்தினான் செந்தில். அப்புறம்தான் விவரம் புரிந்தது - பட்டிக்காட்டுச் சனம் அத்தனையும் புளிச்சோறு கட்டி எடுத்து வந்திருந்தார்கள். பிறகெங்கே எங்கள் வியாபாரம் விளங்க?

''இம்புட்டூண்டு சோத்துக்கு கொள்ளக் காசு கேக்குறியே...'' என்று எட்டிப்பார்த்தா பெரியாத்தா, அப்பத்தாக்களுக்கு 'ஒரு பொட்டலம் வாங்கினா ஒரு பொட்டலம் இலவசம்' என்று புதுத்திட்டத்தை அறிவித்தோம். பொட்டலம் கொஞ்சம் போணியாக ஆரம்பித்தது. ஆனாலும் ஆயிரம் ரூபாய் தேற்றுவதற்குள்ளேயே முழி பிதுங்கிவிட்டது.

அடுத்து ஒரு ஐடியா வந்தது. உபயம்: வழக்கம் போல மன்சூர். அவனுக்கேயுரிய அல்வா பிளான்!

பஜாரில் னி-னி என்ற வாட்ச் வந்திருந்தது. ஒரிஜினல் விலையே தொண்ணூறு ரூபாய்தான். பார்க்க படுஷோக்காக இருக்கும் அந்த ஃபாரின் வாட்ச். நாலு வாட்ச்சுகள் வாங்கினோம். மொத்தமாக வாங்கியதால் முந்நூறு ரூபாய்தான். ஆளுக்கொரு வாட்ச்சுடன் வெவ்வேறு அடகுக்கடைகளை அணுகினோம். ''ந்தா... இது ஃபாரின் வாச்சு. எங்க சித்தப்பா சிங்கப்பூரிலிருந்து கொண்டாந்தது. இத வைச்சிக்கிட்டு ரெண்டாயிரம் ரூபா குடு. பத்து நாள்ல திருப்பிக்கறோம்'' என்று கேட்டோம். அப்பாவி சேட்டுகள் நம்பி விட்டார்கள். ஆயிரம் ஆயிரம் ரூபாயாக வாட்ச்சுக்கு வாரித் தந்தார்கள் வள்ளல் பெருமக்கள். அந்தவகையில் ஒரு நாலாயிரம் தேறியது.

வீட்டில் இரண்டாயிரம் ரூபாய், நண்பர்கள் உதவியதில் ஆயிரத்தைந்நூறு... இப்படி அந்தா... இந்தாவென எட்டாயிரம் ரூபாய் என் கையில். சினிமாவில் தனக்குத் தெரிந்த உறவினர் ஒருவரைப்

போய்ப்பார்க்கச் சொன்ன மன்சூர், உதவியாகத் தன் தம்பியையும் என்னுடன் சேர்த்து அனுப்பினான்.

பஸ் ஏறியபோது, ''ஏண்டா மன்சூரு. மெட்ராஸ்ல நாய்படாத பாடு படப்போறேன்னு நெனைக்கிறேன்'' என்றதும், ''ச்சேச்சே.. அப்படிச் சொல்லாத... சொறிநாய் படாதபாடு படப்போறே'' என்று சிரித்தான். ''ஆனா பாலா, மனசைத் தளரவிட்றாதடா'' என்றபோது அவன் கண்கள் கலங்கிவிட்டன. எதையும் நக்கலாகவே பார்க்கிற மன்சூர் அன்று அத்தனை ஈரமாக இருந்தான். ஆரம்பமானது என் சென்னை பயணம்!

பயணம் முழுக்க எனக்குள் ஏதேதோ யோசனைகள். 'பள்ளிக்கூடம் படிக்கும்போதே நான் டிராமா போடுவேன். கதை, கவிதைனு சின்ன வயசுலேயே எழுதுவேன். ஆறாவது படிக்கும்போதே சினிமாக்கனவு ஆரம்பிச்சிருச்சு' என்ற மாதிரி பல டைரக்டர்களின் பேட்டிகளில் படித்திருக்கிறேன். எனக்கு அப்படி எந்த மண்ணாங்கட்டி அனுபவமும் கிடையாது.

'ஏதோ தைரியத்தில் கிளம்பிவிட்டோமே... இது சரியா...? சரியா...? சரியா...?' என்று உறங்கிப்போன நான் கண் விழித்தபோது சென்னை ஒரு 'மகா கலைஞனை'(!) பாண்டு வாத்தியங்களுடன் வரவேற்கத் தவறிவிட்டது.

கபார் முகவரியைத் தந்திருந்தான் மன்சூர். அவர் அப்போது சினிமாவில் பரபரப்பான ஒரு மானேஜர். அவர் வீட்டுக் கதவைத் தட்டினோம்.

''இப்படி தினம் யாராவது என்னை எழுப்பிவிடறதுக்கு வந்துடறீங்கப்பா'' என்று சிரித்தவர், ''வந்து போய்ட்டிரு. எங்கேயாவது சேத்துவிட்றேன்'' என்றார்.

முதல் இரண்டு வாரங்கள் உற்சாகமாக இருந்தேன். பை நிறைய பணம். பிரியாணிதான்... ஆட்டோதான்... சினிமாதான்! அதுவும்

சோத்துக்கை செலவழிப்பதை நொட்டாங்கைக்குக்குத் தெரியவிடாத ராஜவம்சமாச்சே. அள்ளி இறைத்தேன். அப்புறம்தான் ஆரம்பித்தது ததிங்கிணத்தோம்!

தினமும் காலையில் கபார் வீட்டில் போய் காத்திருப்பேன். ''என்னப்பா?'' என்றபடி கரகரவென ஒரு காகிதத்தில் எழுதி நீட்டுவார்.

'இந்தக் கடிதம் கொண்டு வரும் பையன் எனக்கு அறிமுகமானவன். நல்ல பையன். உங்களுக்கு உதவியாளனாகச் சேர்த்துக்கொள்ள முடிந்தால் சந்தோஷமடைவேன்' என்பது மாதிரியான கடிதம். சைக்கிளில் ஒவ்வொருவர் வீடாக அலைவேன்.

பாண்டியராஜன் வீட்டுக்கு வெளியே சைக்கிளை நிறுத்திவிட்டு ஏக்கமாய்ப் பார்த்துக் கொண்டிருப்பேன். அபூர்வமாக அவர் வெளியே கிளம்பும்போது தென்பட்டால் ஒரு வணக்கம் போடுவேன். ''கபார் அனுப்பிச்ச பையன்தானே... ஏதாவது அமைஞ்சா சொல்றேம்ப்பா. நீயும் டிரை பண்ணிட்டே இரு...'' என்று கிளம்பிவிடுவார். அவரைப் பார்த்ததே போதும் எனக்கு!

டி. ராஜேந்தர் அரசியல் வேலைகளில் மும்முரமாக இருந்த நேரம்... ரசிகர்களும், தொண்டர்களும் அவர் வீட்டில் அலைமோதுவார்கள். நானும் ஒரு ஓரமாக நிற்பேன். அவரைச் சந்திக்க வழி தெரியவில்லை. நான் அடிக்கடி வந்து நிற்பதைக் கவனித்த ஒருவர்... ''தம்பி... பேசாம கட்சியில உறுப்பினரா சேந்துர்றியா. டி.ஆர். பக்கத்துல ஒன்ன நிக்க வச்சு ஒரு போட்டோ எடுத்துத் தர்றேன்'' என்றார். 'அடப்போங்கப்பா' என்று சைக்கிளை எடுத்துக்கொண்டு திரும்பிவிட்டேன்.

115, எல்டாம்ஸ் ரோடு...

பாரதிராஜா, பாக்யராஜ், மணிவண்ணன், சுந்தர்ராஜன், கவுண்டமணி, செந்தில், ராமராஜன் என்று பலருக்கு ஆரம்ப முகவரி இதுதான். நானும் பெட்டியுடன் அங்கே போனேன்.

‘மல்லிகாம்பாள் - ராமசாமி’ தம்பதியினர் அங்கே சின்னச்சின்ன அறைகளை மாதவாடகைக்கு விட்டு வந்தார்கள். ரூமுக்கு நாலு பேர். அதிலும் சரிபாதி சினிமா ஆட்கள். அந்த ஜோதியில் அடியேனும் ஐக்கியமானேன்.

சிங்கிள் டீக்குகூட காசு இருக்காது. ஆனால், கனவுகளுக்கு எல்லையேது?

கிழிந்த பாயும், துண்டுப்பீடிகளுமாக அங்கே ஆறேழு பேர் டிஸ்கஷனில் இருப்பார்கள். ‘பாரதிராஜா, பாலசந்தர் ரெண்டு பேரையும் சினிமாலேர்ந்து வெரட்டப்போறது நாந்தான்டா’ என்று அடிக்கடி சவால்விடுவார் கோவில்பட்டிக்காரர் ஒருவர். பொருத்தமாக இருவர் பெயரையும் இணைத்துத் தன் பெயரை ‘பாரதிசந்தர்’ என அவரே வைத்திருந்தார்.

மனிதர் ஒருநாள் கதையை விவரிக்க ஆரம்பித்தார். ‘‘கட் பண்ணா ராமராஜன் சார் பைக்ல வர்றாரு. இந்தப் பக்கம் இடுப்புல குடத்தோட கனகா மேடம். ‘திருவிழாவுல பாத்த பொண்ணு இங்கே எப்படி?’னு அவருக்கு ஷாக். ‘நம்மைக் காப்பாத்தின ஆளுக்கு அன்னிக்கு நன்றி கூடச் சொல்லாம வந்துட்டோமே’னு இந்தப் பக்கம் கனகாவுக்கும் ஷாக்கு’’ என்று பாரதிசந்தர் சொல்லும்போதே, இன்னொருவர் இடைமறித்தார்.

‘‘அதெப்படி சார்?... அவரைக் கஞ்சிக்குச் செத்த ஆளுனு ஸ்கிரிப்ட்ல சொல்லியாச்சு. அப்புறம் பைக்ல எப்படி வருவாரு?’’ என்று மடக்கினார்.

‘‘அதான் சினிமா. சும்மா லாஜிக் பார்க்கக்கூடாது. குறுக்க குறுக்க பேசின கொன்னேபுடுவேன்’’ என்று அதட்டி மிரட்டி கதை சூப்பர் என்று அவர் ஒப்புக்கொள்ளும்வரை விடவில்லை பாரதிசந்தர்.

சிறுவன் என்னை சபையில் சேர்த்துக் கொள்ளமாட்டார்கள். அந்தப் பக்கம் அவர்கள் போனதும் பாரதிசந்தர் வசனம் எழுதி வைத்திருந்த பேப்பரை எட்டிப் பார்த்தேன். 'ஹீரோ - ஹீரோயின்' என்பதை 'கீரோ - கீரோயின்' என்று எழுதியிருந்தார் 'பாரதிசந்தர்'.

இனி சினிமாவில் பொழச்சுக்கலாம்டா என்று அப்போதே எனக்கு நம்பிக்கை பிறந்துவிட்டது.

'பாய்மரக்கப்பல்' பட ஷூட்டிங்... டைரக்டர்-ராம்திலக். ஜனகராஜ்தான் ஹீரோ!

அவசரத்துக்கு என்னை அசிஸ்டெண்ட் டைரக்டராக அழைத்துப் போனார்கள். முதல் நாள் சினிமா!

அன்று ஒரு பாடல் காட்சியைப் படமாக்கிக் கொண்டிருந்தார்கள்.

'பாய்மரக்கப்பல் இங்கே...

பயணக்காற்று எங்கே?'

என்ற இரண்டு வரியை மட்டும் மறுபடியும் மறுபடியும் நாகரா ஒலிபரப்பிக்கொண்டே இருந்தது.

காமிரா, லைட்ஸ், டிராலி, கிரேன், ரிகர்சல், சவுண்டு, டேக் என்று வினோதமான வார்த்தைகள் காதில் விழுந்தன. நான் வெறுமனே வேடிக்கை பார்த்துக்கொண்டிருந்தேன். மதியம். 'லஞ்ச் பிரேக்' என்று டைரக்டர் குரல்விட... அத்தனை பேரும் தட்டுக்களை எடுத்துக்கொண்டு வரிசையில் நின்றார்கள். என் கையிலும் ஒரு தட்டு.

வரிசையில் முன்னேறி சாப்பாடு வாங்கப் போனபோது, ஒருவர் என் தோள் தொட்டு நிறுத்தி, ''யாருப்பா நீ?'' என்றதும் அவமானத்தால் கூசிக் குறுகிப்போனேன். ''யேய்... அவருக்கும் போடுப்பா. புது ஆளு... அசிஸ்டெண்ட் டைரக்டரு'' என்று குரல் கொடுத்தவர் அங்கேயிருந்த புரொடக்ஷன் மானேஜர் மல்லியம்பட்டி மாதவன், ''சரி, தம்பி..

வாங்கிக்க'' என்று என் தோள் தொட்டு அனுப்பினார். அந்த மல்லியம்பட்டி மாதவன்தான் எனக்கு முதல் சினிமாச் சோறு போட்ட புண்ணியவான்!

ஓரமாக ஒரு மரத்தடி வந்து நின்றவனுக்குப் பொங்கிப் பொங்கி அழுகை வந்துவிட்டது. வீட்டில் நான் சாப்பிட்டதையெல்லாம் நினைத்துப் பார்த்தேன். "யய்யா... கொஞ்சம் சாப்பிட்டுப் போய்யா..." - கெஞ்சுவாள் அம்மா. ஒரு வார்த்தை பேசமாட்டேன். சொடக்குப் போட்டுத்தான் கூப்பிடுவேன். பயந்து பயந்து பரிமாறுவாள். ''இன்னொரு தோசை போட்டுக்கய்யா'' என்பவளை நான் முறைத்ததும் இரண்டடி பின்னால் போய் நிற்பாள். சாப்பாடு பிடிக்கவில்லையென்று நான் தட்டை விசிறியடித்த நாட்கள்தான் நிறைய.

ஆனால் இன்று...

ஒரே நாளில் என் அத்தனை கம்பீரமும் தொலைந்து, பரிதாபமான சேவகனாக நின்றிருந்தேன். 'நாம என்னத்துக்குடா இங்கே வந்தோம்... வெறுஞ்சோத்துக்கா?' என்று நொறுங்கிவிட்டேன். அந்த இரண்டு வரிகள் மட்டும் கேட்டுக்கொண்டே இருந்தன.

'பாய்மரக்கப்பல் இங்கே..
பயணக்காற்று எங்கே?'
அறிவுமதி..!

'அண்ணன்' என்றே அத்தனை பேரும் அழைக்கும் ஒரு சரணாலயத்தின் பெயர் அது.

சமூகப்போராளியாக, கவிஞனாக இன்று அடையாளம் காணப்படும் அறிவுமதி அப்போது பாலுமகேந்திராவிடம் உதவி இயக்குநராக இருந்தார். கபார் ஆசீர்வாதத்துடன் அவரைச் சந்திக்க சைக்கிளெடுத்தேன்.

ஏகப்பட்ட குறுக்குச் சந்துகளைக் கடந்து... விசாரித்து... கடைசியில் அந்த முகவரியைக் கண்டபோது அதிர்ந்துவிட்டேன். ஒரு மிகச் சிறிய அறை. ஒட்டி ஒரு குட்டி சமையலறை. அதுதான் வீடு. மனைவி, இரண்டு குழந்தைகளுடன் குடியிருந்தார் அறிவுமதி.

''அண்ணே...'' என்று நான் வாசலில் நிற்க, எதையோ எழுதிக் கொண்டிருந்தவர் நிமிர்ந்தார். ''நீதான் பாலாவா தம்பி! உள்ளே வா'' என்று அழைத்தார்.

அந்தத் தருணம்தான் என் சினிமாப் பயணம் துவங்கிய முதல் நொடி.

''என்ன படிச்சிருக்கே? ஏன் சினிமாவுக்கு வந்தே? யார் படங்கள்லாம் பிடிக்கும்? யார்ட்ட சேரணும்னு ஆசைப்படறே...?'' என்று நிறைய கேள்விகள் கேட்டார். கை நிறைய புத்தகங்கள் அள்ளித் தந்தார். ''இத பாரு தம்பி... நிறைய வாசிக்கணும்டா... நல்ல படங்கள்லாம் பாக்கணும்டா. அப்பதான் கொஞ்சங்கொஞ்சமா சினிமா புரிய ஆரம்பிக்கும்'' என்றவர், ''பாரதி... பாலா சித்தப்பா வந்திருக்கார். கொஞ்சம் காபி போட்டுத் தர்றியா'' என்று தன் மகளிடம் அவர் சொல்ல, அந்த வார்த்தைகளில் வழிந்த அன்பில் நெகிழ்ந்து விட்டேன்.

நிஜமாகவே அறிவுமதி எனக்கு தாயுமானவன்!

சொகுசு வாழ்க்கை... சொர்க்கலோகம் என்று சினிமாவைப் பற்றிய பிம்பங்களெல்லாம் சில்லுச் சில்லாக சிதறிவிட்டன. நான் மெள்ள மெள்ள இந்த வாழ்க்கைக்கு என்னையும் தயார்ப்படுத்திக் கொண்டேன்.

ஒரு நாள் அறிவுமதி அண்ணன் கூப்பிட்டார். ''டேய்... நாளைக்கு உன்னை ஷூட்டிங் கூட்டிட்டுப் போறேன். ஆனா, இது டைரக்டருக்குத் தெரியாது. நீ வந்து வேடிக்கை பாரு. அப்படித்தான் ஆரம்பிக்கும்...''

''சரிண்ணே... என்ன படம்ணே?''-ஆர்வமாகக் கேட்டேன்.

"வீடு"

"ஹீரோ யார்ணே?"

"சொக்கலிங்க பாகவதர்"

"பாகவதரா?" அதிர்ச்சியாகி நான் அறிவுமதியைப் பார்க்க, சிரித்தார் அவர்.

ஜிகினா நடனங்களும், டபுள் மீனிங் வசனங்களும், பறந்து பறந்து தாக்குகிற சண்டைகளும் நிரம்பி இருந்த தமிழ் சினிமாவில் அது எனக்குப் புதிய அனுபவம்.

பாலுமகேந்திரா!

என் குரு.

சினிமாவை எனக்குக் கற்றுத் தந்த வாத்தியார். தனது ஒவ்வொரு படத்தையும் ஒரு குழந்தைபோலப் பெற்றெடுக்கும் தாய். ஒவ்வொரு ஃப்ரேமையும் ஒரு ஆபரணம் போலச் செதுக்கும் பொற்கொல்லன்.

என் அப்பனுக்கு அடுத்தபடியாக நான் நேசிக்கும் முதல் மனிதர் அவர்தான். ஆனால், என் வாழ்நாளில் நான் இனி சந்திக்க விரும்பாத மனிதரும் அவரேதான்!

11

மறுநாள் ஷூட்டிங் போக வேண்டும். இரவெல்லாம் உறக்கமில்லை!

அதிகாலையில் நாலு மணிக்கெல்லாம் எழுந்துவிட்டேன். இருட்டில் தட்டுத்தடுமாறி நான் லைட்டைப் போட்டதும் தூக்கங்கெட்டு எழுந்த பாரதிசந்தர், "டேய், முதல்ல லைட்டை அமத்துரா..." என்று எரிச்சலுடன் கத்தினார். "நானும் நாலு வருஷமா நாயா பேயா அலையறேன். ஒன்னையெல்லாம் எப்பிடிரா சேத்துக்கிட்டாங்க?" என்று தன் வயிற்றெரிச்சலைக் கொட்டித் தீர்த்தார் பாரதிசந்தர்.

குருட்டு அதிர்ஷ்டத்தில் ஒருவேளை இவன்கூட நாளைக்குப் பெரிய ஆளாகி விடுவானோ என்று நினைத்தாரோ என்னவோ, வாசல்வரை வந்தார். ஏகப்பட்ட அறிவுரைகளையும் ஆசீர்வாதங்களையும் வாரி வழங்கி வழியனுப்பினார்.

அறிவுமதி வீட்டுக்கு ஓடினேன்.

"கொஞ்ச நேரத்துல வண்டி வந்துரும்" என்றார்.

முன்னேபின்னே பார்த்திராத ஏதோ ஒரு ஃபாரின் கார்தான் நம்மை பிக்-அப் பண்ண வரப் போகிறது என்ற நினைப்புடன் சாலையில் கடந்து செல்கிற கார்களை ஆர்வமாகப் பார்த்துக்கொண்டிருந்தேன்.

கொஞ்ச நேரத்தில் மதியண்ணன் வீட்டை நோக்கி லொடலொடவென ஊர்ந்து வந்து நின்றது ஒரு மெட்டாடர் வேன். அதுதான் எங்கள் வாகனம்!

'என்ன இது?' என்று ஏறினால்... உள்ளே சிவப்பழமாக சொக்கலிங்க பாகவதர்!

அடிரா சக்கை... ஹீரோ சாருக்கே இந்த வண்டிதானா என்று அவர் பக்கத்தில் அமர்ந்தேன். மாறுவேஷம் போட்ட மகாத்மா காந்தி மாதிரி இருந்த பாகவதர் புன்னகைத்தார்!

ஷூட்டிங் ஸ்பாட்!

காரில் வந்து இறங்கினார் பாலுமகேந்திரா. ஃப்ளாப் வைத்த அரைக்கை சட்டை, ஜீன்ஸ் பாண்ட், தலையில் தொப்பி, கறுப்புக் கண்ணாடியுடன் பட்டாளத்தான் போல, படுகம்பீரமாக இருந்தார். கோலாபூர் செருப்பு சரசரக்க, அவர் நடந்து வந்த அழகே தனி!

விரல்களை மடித்து உள்ளங்கைக்குள் ஒளித்து தாடை சுமந்தார். காதோரத் தலைமுடியைப் பின்னுக்கு நீவிக் கொண்டார். அடர்த்தியான மீசை. மிக அமைதியான பேச்சு. குரலில் கரகரப்பு. எல்லோர் பார்வையும் அவர்மீதே இருந்தது. கண்களாலேயே அத்தனை கும்பலையும் கட்டி மேய்த்தார். அவரே ஒரு நட்சத்திரம் போலிருந்தார்!

காட்சி என்ன என்பதை விவரித்தார் டைரக்டர். ஒரு மிடில்கிளாஸ் குடும்பம்... நிறைய சிரமத்துக்கிடையில் ஒரு வீடு கட்ட ஆசைப்படுகிறார்கள். அஸ்திவாரம் போட குழி வெட்டியிருந்தால்... மறுநாள் மழை வந்து குழியெல்லாம் தண்ணீர்.

'இப்ப ரெண்டு செலவாகிப் போச்சே' என்று அர்ச்சனாவும் பானுசந்தரும் புலம்புவது போலக் காட்சி. அவர்கள் எப்படி நடிக்க வேண்டுமென்று அவரே செய்து காட்டினார். கண்கொள்ளாக் காட்சி

அது! நான் அவரை மட்டுமே ரசித்துக்கொண்டிருந்தேன். அந்த ஆளுமை என்னை ஆக்கிரமித்தது!

நானும் ஒரு நாள் இதுபோல் ஆளவேண்டும்! என்னை யாரென்றே தெரியாத டைரக்டருக்கு ஒரு ஏகலைவனாகக் களத்தில் இறங்கினேன். படப்பிடிப்புத் தளத்தில் மாட்டுச் சாணம் அள்ளுவேன். சிமெண்ட் மூட்டை சுமப்பேன். செங்கல் சுமந்து நடப்பேன். டிரம் நிறைய தண்ணீர் வாரி ஊற்றுவேன். பாலிதீன் காகிதங்கள் பொறுக்குவேன். இப்படி எல்லா வேலைகளையும் இழுத்துப் போட்டுக்கொண்டு செய்தாலும், நான் அங்கே உதவி இயக்குநர் இல்லை... உதவி இயக்குநரின் திருட்டுப் பினாமி மட்டுமே!

பம்பரமாக நான் சுற்றித் திரிய, அத்தனை பேரின் நட்பையும் பெற்றேன். மிக முக்கியமாக எஸ்.எஸ்.ராமன் சார். அவர்தான் அங்கே அசோஸியேட் டைரக்டர். ‘சேது’ படத்தில் அபிதகுசலாம்பாளின் அப்பாவாக வருவாரே... அவரேதான்!

எல்லாம் சரி... ஆனால், டைரக்டரைக் கவர வேண்டுமே... மீதியிருந்த அறுபது நாட்களிலும் படப்பிடிப்பில் அவர் கண்ணில் படும்படி ஓடியாடி வேலை செய்வேன். ‘ஏதோ தில்லு முல்லு நடக்கிறது’ என்று அவர் யூகித்தாலும், கண்டும் காணாமல் விட்டுவிட்டார்.

சொக்கலிங்க பாகவதர் அன்று டப்பிங் பேச வேண்டும். பெரியவருக்கு பார்வை சரிவர இல்லை. ஸ்கிரீன் பார்த்துப் பேச முடியாது. டைரக்டர் ஒரு முறை ஸ்கிரீனில் படத்தை ஓடவிட்டு மிகத் துல்லியமாக உதட்டசைவுகளைப் பார்த்தார். அந்த வசனத்தை அவரே பேசிக் காட்டினார். ‘‘தாத்தா... நான் பேசறதை நீங்க அப்படியே திரும்பச் சொல்லுங்க...’’ என்று மறுபடியும் மறுடியும் வசனம் சொன்னார். பாகவதர் அதைச் சரியாகச் சொல்ல போராடிக் கொண்டிருந்தார்.

நான் மிக அருகில் அதை வேடிக்கை பார்த்தபடி நின்றிருந்தேன்.

ஏதோ கோபத்தில் திரும்பிய டைரக்டர் என்னைப் பார்த்ததும் புருவம் சுருக்கி, ''யாரு நீ?'' என்றார். உதறலெடுத்தது எனக்கு. ''அறிவுமதியண்ணே...'' என்று இழுத்தேன்.

''டப்பிங் தியேட்டருக்குள்ள உன்னை யாரு விட்டா?'' என்று குரலுயர்த்தினார். ''சும்மா...'' - வார்த்தைகள் வர மறுத்தன. ''ப்ளீஸ்... கெட்... அவுட்...'' என்றார் அதிரும்படியாக.

சிதறினேன். என்னை யாரென்று தெரியாதா இவருக்கு? அறுபது நாட்கள் இவர் கண்முன்னாலேயேதானே திரிந்தேன். எல்லா வேலைகளையும் இழுத்துப்போட்டுச் செய்தேனே. என்னை வெளியே போகச் சொல்லிவிட்டாரே. அணை திறந்த வெள்ளம் போல துயரம் குமுறிக் கிளம்ப வெளியேறினேன். ''டைரக்டர் டென்ஷன்ல இருக்கார்டா... அதான்'' என்று சமாதானம் சொன்னவர்களைக் கடந்து துக்கத்தைத் தொண்டையில் அடக்கிக்கொண்டு நகர்ந்தேன்.

என்ன செய்வதென்று தெரியவில்லை!

அதன்பிறகு அந்தப் பக்கம் போகவில்லை. மனம்போன போக்கில் அலைவேன். மின்சார ரயிலில், பல்லவனில், கடற்கரையில், மவுண்ட் ரோட்டில் இலக்கில்லாமல் சுற்றித் திரிவேன்.

அப்படி ஒரு நாள் உதயம் தியேட்டர் அருகே பிளாட்பாரத்தில் படுத்துக் கிடந்த ஒருவர் என்னை, ''ஏம்ப்பா தம்பி... தம்பீ...'' என்று கூப்பிட்டார். புரியாமல் அவர் அருகில் போக, ''வள்ளியம்மை பேரன் தானே நீ?'' என்றார். ''ஆமா!'' என்றதும், என்ன ஏதென்று விசாரிக்க ஆரம்பித்தார். அவர் எங்கள் ஊர்க்காரர். ''இங்கே எப்படி?'' என்று கேட்டேன்.

''சாமி எழுதிப்பிடுச்சு. தரித்திரம் பிடிச்சுத் திரியணும்னு தலைவிதி! புள்ள குட்டிகளோட வந்து, தார்ரோடு போட்டுட்டுத் திரியறேன்.

ரோட்டோரமாவே வடிச்சுத் தின்னுப்புட்டு, படுத்துப் புள்ளகுட்டி பெத்துக்கிட்டு, நாறப்பய பொழப்புனு எழுதிப்புட்டானே எந்தலையில பிரம்மன்...'' என்றார்.

பசி... அன்று அவர்களோடே அமர்ந்து சாப்பிட்டேன். கத்தரிக் காய் குழம்பு.. வாசத்துக்கே கடகடவென பசியெடுத்தது!

''ஏந்தம்பி... உனக்கென்ன கேடு வந்துச்சு? நல்ல குடும்பத்துல பொறந்த பய, இப்படி மெட்ராஸ் ரோட்ல ஏன் சீரழியறே? ஊரைப் பார்த்துப் போ... நீயாவது நல்லா இரு ஆம்பளை...'' என்றது சோறு போட்ட பெரியம்மா. தட்டில் பாதி, தரையில் பாதி என்று விசிறியடித்துச் சாப்பிட்ட பிள்ளைகள் சிரித்தன.

''சினிமால சேர வந்தேன்!'' என்றேன்.

''அடப் போப்பா... வெவரம் தெரியாத புள்ள. இங்க தார்ரோடு போடறவன், ஓட்டல்ல டேபிள் துடைக்கிறவன், கட்டட வேலைக்குப் போறவன்னு பாதிப் பேரு சினிமாவுக்குனு கெளம்பி வந்தவந்தேன்! கெரகம் நமக்கு எதுக்குத் தம்பி? ஊருக்குப் போயிருப்பா...'' என்று வழியனுப்பினார் அவர்.

ரணமான ராத்திரி அது!

வீடு - படம் ரிலீஸ்!

அரசு வரிச்சலுகை அறிவித்துவிட, தினம் தினம் படம் பார்த்தேன். மொத்தம் முப்பத்தேழு முறை பார்த்தேன்.

அது எப்படிப் படமாகியிருக்கிறது என்று ஒரு முறை... எந்தெந்தக் காட்சிகள் எப்படியெல்லாம் சேர்க்கப்பட்டிருக்கின்றன என்றொரு முறை... காமிரா எங்கிருந்து எப்படியெல்லாம் நகர்கிறது என்பதைக் கவனிப்பதற்காக ஒரு முறை என்று அந்தப் படத்தை ஒரு பாடம் போலப் படித்தேன்.

இப்போது கேட்டாலும் அந்தப் படம் பற்றி ஆர்டரிலேயே சொல்ல முடியும். அந்தப் படம் என் மனதுக்குள் ஓடிக் கொண்டேயிருக்கிறது.

'வீடு' படத்துக்காக டைரக்டர் நிஜமாகவே ஒரு வீடு கட்டினார். படத்தின் க்ளைமாக்ஸில் அந்த இடம் மெட்ரோ வாட்டருக்குச் சொந்தம் என்று அவர்கள் கையகப்படுத்தி விடுவார்கள். முக்கால்வாசி முடிந்த நிலையில் நின்றுவிடும் அந்த வீடு. இப்போதும் நிஜமாகவே அந்த வீடுமுழுமையாக கட்டிமுடிக்கப்படாமல் நிற்கிறது தெரியுமா?

கையில் காசு இல்லை!

அண்ணன் அவ்வப்போது முந்நூறு ரூபாய் மணியார்டர் அனுப்புவார். நண்பர்கள் கொஞ்சம் கொஞ்சமாகப் பணம் அனுப்புவார்கள். சினிமாதான் இனி என் வாழ்க்கை என்று முடிவு செய்துவிட்டேன்.

அதிகாலையில் ஆயிரம் கனவுகளுடன் கிளம்புவேன். அலைந்து திரிந்து சிறகொடிந்த பறவையாக கூடு வந்து விழுவேன். 'நரம்பன் சோறு தண்ணியில்லாம இப்படி அலையறானே' என்று பாவப்பட்டு ஹவுஸ் ஓனர் மல்லிகாம்பாள் கொஞ்சம் சோறு, கூட்டு, குழம்பு என்று நாலைந்து கிண்ணங்களை மேலே கொடுத்து அனுப்புவார்.

சாப்பிட உட்கார்ந்தால், ''என்ன மதுர மாப்ளைக்கு மட்டும் ஸ்பெஷலா சாப்பாடு வருது'' என்பார்கள் கிண்டலாக.

''வேறொண்ணுமில்லை. மிச்சம் மீதியைத் தின்னக் குடுத்துப்புட்டு அப்பிடியே பாத்திரத்தையெல்லாம் சுத்தமாக கழுவி வாங்கிக் கலாம்னு குடுத்து விட்ருக்கும் பெரியம்மா'' என்று சிரிப்பார்கள்.

நான் காதில் வாங்கிக் கொள்ளவே மாட்டேன்!

''டைரக்டர் உன்னை வரச் சொன்னாருப்பா'' - திடீரென ஒரு நாள் கூப்பிட்டார்கள். அரக்கப்பரக்க ஓடினேன்.

நியூ உட்லண்ட்ஸ் ஓட்டலில் டிஸ்கஷனில் இருந்தார் டைரக்டர். தயங்கித் தயங்கி உள்ளே போனேன். மடியில் ஒரு தலையணையுடன் அமர்ந்திருந்தவர் நிமிர்ந்தார்.

''வா... ஓ... நீதானா?'' என்றார், என்னைத் தெரியாதது போல. நான் காயப்பட்டிருப்பேன் என்று தெரிந்துதான் அழைத்திருக்கிறார் என்பது எனக்குத் தெரியும். அமைதியாக நின்றேன்.

''சரி... அடுத்த படத்திலேர்ந்து வொர்க் பண்ணு... காலையில ஆபீஸுக்கு வந்துரு'' என்றவர், 'கிளம்பு' என்பதுபோல தலையசைத்தார். எனக்கு சிறகு முளைத்தது. அன்றைக்கு நல்ல மழை. உட்லண்ட்ஸிலிருந்து நனைந்தபடியே என் அறைக்கு நடந்தேன்.

''நெஜமாவே பாலுமகேந்திரா என்னை அசிஸ்டெண்ட்டாச் சேத்துக்கிட்டாரு'' என்று ரூமில் நான் டான்ஸ் ஆடாத குறை.

மறுநாள் காலையில் ஆபீஸுக்குப் போனேன். எனக்கு முன்பே வந்திருந்தார் டைரக்டர்.

''குட் மார்னிங் சார்.''

''என்ன டைம்?'' என்று மணி பார்த்தவர், ''9 - 5 வேலைக்கு வர்றவர் மாதிரி வர்றே? ஏழு மணிக்கு இங்க இருக்கணும். ஆபீஸைச் சுத்தமா வெச்சிருக்கணும். புரியுதா?'' என்று வெளியே கிளம்பிப் போனார்.

மறுநாள் அதிகாலையிலேயே ஓடினேன். ஆபீஸில் சுத்தமாக ஒட்டடையடித்தேன். தரையெல்லாம் கூட்டிப் பெருக்கினேன். அலசிக் கழுவினேன். இரண்டு ஊதுவத்தியைப் பொருத்தி வைத்துவிட்டு நின்றேன். உள்ளே நுழைந்த டைரக்டர் அந்த பளிச் மாற்றத்தைப் பார்த்ததும் என் பக்கம் திரும்பி, லேசாகச் சிரித்துக்கொண்டே போய்விட்டார்.

இரண்டாவது நாள்... சாவி வாங்க, அவர் வீட்டுக்குப் போய்க் கதவைத் தட்டினேன். ''யாரது?'' என்றபடியே வெளியே வந்தது ஒரு மகாலட்சுமி. அவர்தான் அகிலாம்மா... திருமதி பாலுமகேந்திரா!

நாய்கள் இரண்டு அவர் காலடியில் திரிய, அணில்கள் அவர் தோள் மீதும் தலை மீதும் ஏறி நின்றன. ஒரு வெள்ளெலி, அவர் உள்ளங்கையில் உட்கார்ந்திருந்தது - ஒரு குழந்தை போல!

''தம்பி... என்ன கேட்டீங்கள்?'' என்றார் அகிலாம்மா. இலங்கைத் தமிழ்!

''சாவி கொடுங்கம்மா... அம்மா!''

இந்த வார்த்தையை, இதற்குமுன்பு நான் சிறு வயதில்தான் பயன்படுத்தி இருக்கிறேன். எனக்கு விவரம் தெரிந்த காலம் தொட்டு, பெற்ற தாயையே 'ந்தா... சோறு போடு' என்றுதானே கூப்பிடுவேன். இன்று 'அம்மா' என்று எப்படி வந்தது?

மனிதர்கள் என்ன... அவர் வளர்க்கும் பூச்செடிகளுக்கும் அத்தனை பிராணிகளுக்கும்கூட, அவர்தானே தாய்!

சாவி எடுத்து வர அவர் உள்ளே போக, பின்னாலேயே நாய்களும் ஓடின.

''இந்தாங்க தம்பி'' - தந்தவர், ''உன் பேர் என்ன சொல்லலியே...'' என்றார்.

''பாலா'' என்றதும் சிரித்தார்.

'பகவான் மனுஷ்ய ரூபனே' என்பார்கள். அப்படியொரு தெய்வம் எனக்கு அகிலாம்மா.

12

'மூன்றாம் பிறை'யை மறக்க முடியுமா!

''ச்சுப்புரமணி.. ச்சுப்புரமணிக்குட்டி!'' என்று அந்தப் படத்தில் ஸ்ரீதேவி அள்ளி அள்ளிக்கொஞ்சுவாரே... அந்த நாய்க்குட்டியை பிறகு அகிலாம்மாதான் வளர்த்து வந்தார். அதே படம் இந்தியில் 'சத்மா'வானபோது, அதில் நடித்த 'சில்க்கி', 'வீடு' படத்தில் நடித்த பீட்டர் என்று மூன்று நாய்களும் அகிலாம்மாவிடமே வளர்ந்தன.

'ஸ்னூப்பி' என்ற அணில்குட்டியின் கதையை ஒரு நாள் அகிலாம்மா விவரித்த விதமே ஒரு குறும்படம் பார்ப்பது போல் இருந்தது! ''அன்னிக்கு ஒரு நாள் வீட்டுக்குப் பின்னால மரத்தடியில இதைப் பாத்ததும் பதறிப்போயிட்டேன். கண்ணுகூட முழிக்காத குஞ்சு. மேல முடியே இல்லை. அப்படியே எலிக்குஞ்சு மாதிரி கெடந்துச்சு. அவசரமா வீட்டுக்கு எடுத்துட்டு வந்து துணியில சுத்தி வெச்சு, நூலால பாலைத் தொட்டுத் தொட்டு இந்தக் குஞ்சுக்குப் பொகட்டினேன். கொஞ்ச நாள்ல எனக்குப் புள்ள மாதிரி பழகிருச்சு. 'ஸ்னூப்பி'னு பேர் வெச்சேன். என் குரல் கேட்டா போதும் எந்த மூலையில இருந்தாலும் ஓடிவந்துரும். ரொம்பப் பாவமான ஜீவன்...''

ஆளரவம் கேட்டாலே பதறி ஓடுகிற அணில்குட்டிகளுக்கு நடுவே 'ஸ்னூப்பி' ஒரு செல்லக்குட்டி. அகிலாம்மாவின் அன்பில் அந்த

வீட்டில் அதுவும் ஒரு பிள்ளையாயிற்று. அவர் உணவளிக்கிற நேரங்களில் 'ஸ்னூப்பி' என்று குரல் கொடுத்ததும் ஏழெட்டு நண்பர்களை அது அழைத்து வரும் காட்சி அத்தனை அழகு. வரிசையாக அணில்குட்டிகள் வந்து நின்று, அம்மாவிடம் கொய்யாப் பழத்துண்டை வாங்கி, இரு கைகளிலும் வைத்துக் கொறிக்கிற காட்சியே கவிதை போலிருக்கும். பசியாறிய குஷியில் அத்தனையும் அவர்மீது ஏறி இறங்கி விளையாடும். அகிலாம்மாவின் மகன் ஷங்கி லயோலாவில் 'விஷ்காம்' படித்துக் கொண்டிருந்தார். காலையில் கல்லூரிக்குப் போகும்போது பையில் ஸ்னூப்பியையும் தூக்கிக் கொண்டு போய்விடுவார். ஷங்கிக்கு டிகிரி கொடுத்த நிர்வாகம், அவருடன் சேர்ந்து படித்த ஸ்னூப்பிக்குப் பட்டம் தரவில்லை. பாவம் ஸ்னூப்பி!

சில்க்கியின் காதலைப் பெறுவதற்கு சுப்பிரமணிக்கும் பீட்டருக்கும் அடிக்கடி யுத்தம் நடக்கும். ஆனால், சின்னக் குரைப்புச் சத்தம்கூட இருக்காது. அகிலாம்மாவுக்குத் தெரியாமல் அவையிரண்டும் மாறி மாறி ஒன்றையொன்று வெறியுடன் கடிக்கும். அம்மா வரும் ஓசை கேட்டால், 'எதுவுமே நடக்கலியே' என்பது போன்ற அப்பாவி பாவனையில் இரண்டும் சமத்துப்பிள்ளைகள்போல நிற்கும். சில்க்கியோ, வயசுக்கு வந்த தாவணிப்பெண் தன் அம்மாவின் முதுகுக்குப் பின்னால் மறைந்துகொள்வதுபோல, எப்போதும் அகிலாம்மா பின்னாலேயே திரியும்!

இவை தவிர ஒரு வெள்ளெலியும் வளர்த்து வந்தார் அவர். அதன் பெயர் மீனா. கொழுகொழுவெனக் குட்டி முயல் போலிருக்கும். அம்மா, இரண்டு உள்ளங்கைகளிலும் அதைத் தாங்கித் தன் முகமருகே வைத்துக்கொண்டு ஏதேதோ பேசுவார். சன்னமான குரலில் பாடுவார். அதற்கு என்ன புரியுமோ தெரியாது... அது அவர் உள்ளங்கையில் குதித்தாடும். இப்படி கருணைக்காக அல்லாடுகிற அத்தனை ஜீவராசிகளும் உருகி உருகி உறவாடுவது அகிலாம்மாவிடம்தான்!

அவருக்கு வீடுதான் உலகம். அவரது உலகம் அன்பால் நிரம்பியது. புனிதம் என்பதற்கு நான் அருஞ்சொற்பொருள் கண்டது அவரிடம்தான்!

'பெண்கள் மோசமானவர்கள். மிக மோசமானவர்கள். மிகமிக மோசமானவர்கள்' என்று எங்கோ, எப்போதோ நான் ஒரு சிறுகதையில் படித்தேன். அது மட்டுமே நினைவில் நின்றிருந்த எனக்கு, பெண் என்ற பெரும்சக்தியை... எதிர்பார்ப்பு ஏதும் இல்லாது அன்பளிக்கிற அதன் கருணையை நான் உணர்ந்தது அகிலாம்மாவிடம்தான்!

குணம் என்பது கூடப்பிறந்தது போல!

டைரக்டரை முதன்முதலாக என் இதயத்தின் ஆழத்தில் நான் பதித்துக்கொண்டதும் அப்படி ஒரு தருணத்தில்தான்.

ஏதோ அவசர வேலை. அலுவலகத்தில் தன் அறைக்கதவு ஜன்னல்களை இழுத்துப் பூட்டிவிட்டு, என்னையும் அழைத்துக் கொண்டு கிளம்பினார் டைரக்டர். காரில் அமைதியாக அவர் அருகே அமர்ந்திருந்தேன். வண்டி வடபழனி சிக்னலைத் தாண்டி, பாம்குரோவ் நோக்கிப் போய்க்கொண்டிருந்தது. கோடம்பாக்கம் மேம்பாலத்தில் கார் ஏறும்போது, ''அடடா!'' என்று பதறினார் டைரக்டர். ''வண்டியைத் திருப்பு... வண்டியைத் திருப்புப்பா...'' என்று டிரைவரிடம் பதற்றமானார். ''உடனே ஆபீஸுக்குப் போ... அவசரம்!'' என்று விரட்டினார்.

அடுத்த பத்தாவது நிமிஷத்தில் கார் ஆபீஸ் வாசலில் போய் நிற்க, கதவைச் சடாரெனத் திறந்துகொண்டு உள்ளே ஓடினார். என்ன, ஏதெனப் புரியாமல் நானும் அவர் பின்னாலேயே ஓடினேன். பதற்றமாக தன் அறைக்கதவைத் திறந்தவர், உள்ளே ஓடிப்போய் ஜன்னல் கதவைத் திறந்துவிட்டார். அதற்காகவே காத்திருந்தது போல, ஜன்னலுக்கு

வெளியிலிருந்து ஒரு பூனை உள்ளே பாய்ந்து, அறையோரத்தில் கிடக்கும் புத்தக மூட்டைகளுக்குள் புகுந்தது.

எட்டிப் பார்த்தால், அந்த மூட்டைகளுக்கு நடுவே நஞ்சும் குஞ்சுமாக நாலைந்து குட்டிகள்! பூனை அதற்குப் பால் கொடுத்துக் கொண்டிருந்தது. "குட்டிக உள்ளே கிடக்கு... பெரிய பூனை அப்பப்போ வெளியே போயிட்டு வந்து பால் குடுக்கும். அதை மறந்துட்டு, ஏதோ ஞாபகத்துல ஜன்னலைப் பூட்டிட்டு வந்துட்டேன். அதான் பதறிட்டேன். சரி, வா... போகலாம்!" என்று வெளியே வந்தார்.

சரேலென என் மனசுக்குள் ஆகாசத்துக்கும் பூமிக்குமாக அவர் விஸ்வரூபம் எடுத்து நிற்க, பாதாதிகேசமாக அவரைப் பார்க்கிற பக்தன் போலாகி விட்டேன் நான்!

இறுகி இறுகிக் கரும்பாறையாகக் கிடந்த என் நெஞ்சுக்குள்ளும் அன்பு சுரக்க ஆரம்பித்தது, அந்த இருவரையும் சந்தித்த பிறகுதான்!

ஒரு பக்கம்... இப்படி இளகிக்கொண்டிருந்தேன். இன்னொரு பக்கமோ... வறுமையின் பிடியில் கருகிக் கொண்டிருந்தேன். எல்டாம்ஸ் ரோடு அறையில்... அந்தப் பரதேசி ராஜாங்கத்தில் பாவப்பட்ட பிரஜைகளில் நானும் ஒருவன்.

அன்று அறைக்குத் திரும்பும்போதே, வாசலில் ஏதோ சண்டை. அப்போது பாரதிராஜாவிடம் உதவியாளராக இருந்த பொன்வண்ணனுக்கும் அவரது பக்கத்து ரூம்மேட்டுக்கும் ஏதோ பிரச்னை. யாரோ ஒரு ரிக்ஷாக்காரனுக்குப் போதையேற்றிவிட்டு, பொன்வண்ணனைத் தாறுமாறாகத் திட்ட அவனை அழைத்து வந்துவிட்டான் அந்த ரூம்மேட். மெட்ராஸ் பாஷையில் சகட்டுமேனிக்கு சவுண்டு விட்டுக் கொண்டிருந்தான் ரிக்ஷாக்காரன். அவனைத் தடுத்து நிறுத்தவும், அடிக்கப் பாய்ந்த பொன்வண்ணனைச் சமாதானப்படுத்தவும் மொத்தக்கூட்டமும் போராடிக் கொண்டிருந்தது.

கூட்டத்தில் புகுந்த நான் அந்த ரிக்ஷாக்காரனைப் பிடித்து இழுத்தபோது, நைஸாக அவன் சட்டைப்பையில் கை விட்டேன். சிக்கியது ஒரு நூறு ரூபாய் நோட்டு! என் கணிப்பு தவறவில்லை.

ஒரு பாட்டில் பீர், பூந்திப் பொட்டலம், சிகரெட் பாக்கெட் சகிதமாக, நான் அடுத்த ஒரு மணி நேரத்தில் என் ரூமில் ஆஜராக... அத்தனை பேரும் அதிர்ந்து போனார்கள். "எலேய்... ஏதுரா காசு?" என்று கேட்க, "கஷ்டப்பட்டு உழைச்சு சம்பாதிச்ச காசு!" என்று சிரித்தபடி சிகரெட் பற்றவைத்தேன்.

மாடியிலிருந்து எட்டிப் பார்த்தால் கீழே அந்த ரிக்ஷாக்காரன்... மொத்த போதையும் இறங்கிப்போய், தொலைந்துபோன தன் நூறு ரூபாய் நோட்டைத் தேடிக்கொண்டே இருந்தான்.

தெய்வம் அன்றே கொல்லும்!

மல்லிகாம்பாள்...

எங்கள் ஹவுஸ் ஓனர் பெரியம்மா... அந்தக் கால 'தூள்' சொர்ணக்கா மாதிரி!

அவரைப் பார்த்தாலே அத்தனை பேரும் 'ஸ்டாப் பிளாக்'கில் காணாமல் போவார்கள். வாடகை வசூல் பண்ணுகிற விஷயத்தில்... அவர் ஒரு லேடி ஹிட்லர்... நம்பியார்... பி.எஸ். வீரப்பா!

மாசம் பிறந்தால் போதும் வாசல்படியருகே வந்து நிற்கும் பெரியம்மா. அவ்வளவுதான். அத்தனை பேருக்கும் திகிலாகி அறையிலேயே அடைந்து கிடப்போம்.

"இனி ஒழுங்கு மருவாதியா வாடகைக் காசைக் குடுத்துருங்கடா. இல்லேன்னா, அவனவன் பொட்டியைத் தூக்கிட்டுக் கௌம்பிரு..." என்று கோர்ட் ஸீன் வசனம் மாதிரி, கோயில் திருவிழா ஸ்பீக்கர்

மாதிரி... பிளந்து கட்டத் துவங்கும் பெரியம்மா. இருப்பதிலேயே அப்பாவி ஜென்மங்கள் ஆறேழு பேரைப் பலியாடுகள் மாதிரி முதலில் அனுப்புவோம்.

''ஏண்டா... ஒனக்கு முட்டை பரோட்டா திங்க காசு இருக்கும். குப்குப்புனு சீரெட்டு குடிக்க காசு இருக்கும். முந்தா நேத்து கண்ட கர்மத்தையும் குடிச்சுப்புட்டு வந்து வாந்தி எடுத்தியே... அதுக்கெல்லாம் காசு இருக்கு. ஆனா, வாடகை தர்றதுக்கு மட்டும் எவன்கிட்டேயும் காசு இல்லையோ?'' என்று பதுங்கு குழிக்குள் கிடந்த சதாம் உசேனை இழுத்துத் தூக்கி வந்த அமெரிக்கப் படை போல அவமானப்படுத்தும் அந்த பெரியம்மா.

கெஞ்சிக் கூத்தாடி, காலில் விழாத குறையாகக் கும்பிட்டு, பொய்யாக அழுது, கெடு வாங்கிக்கொண்டு ஓடுவோம் ஒவ்வொருவரும்!

மேல்பார்வைக்குத்தான் மிரட்டுமே தவிர... ரொம்ப பாசக்கார ஆத்தா!

அவர் வீட்டில் இருக்கும் டி.வி.யில் படம் பார்க்க நாங்கள் இருபது, முப்பது பேரும் ஒன்றுகூடுவோம். அப்படி அந்த வாரம்... பக்தி வாரம்!

'பட்டினத்தார்' கறுப்பு - வெள்ளைப்படம். டி.எம். சௌந்தராஜன் பட்டையைக் கிளப்பிக் கொண்டிருந்தார். படத்திலேயே ரொம்ப லயித்துவிட்டது நம்ம பெரியம்மா...

ஒரு பாடல் வந்தது...

'ஐயிரண்டு திங்களாய் அங்கமெல்லாம்

நொந்து பெற்று பையலென்றபோதே

பரிந்தெடுத்து -செய்ய

இரு கைப்புறத்தில் ஏந்தி

கனகமுலை தந்தாளை

எப்பிறப்பில் காண்பேன் இனி'

என்று பெற்ற தாய்க்குக் கொள்ளி வைத்தபடி அழுது அரற்றிக் கொண்டிருந்தார் பட்டினத்தார்.

அவ்வளவுதான்... பெரியம்மா கரகரவெனக் கண்ணீர்விட ஆரம்பித்தது. ''யாரு பெத்த புள்ளைகளோ... இப்படி வந்து திங்கற சோத்துக்குக்கூடத் திசை தெரியாமக் கெடக்கறீங்களேடா... என்னத்தைக் கண்டோம்... கடைசியில காசு பணத்தையா அள்ளிட்டுப் போகப் போறோம்?'' என்று அப்படி அழுதது பெரியம்மா!

அடுத்த இரண்டு நாட்கள்... எங்கள் எல்லோருக்கும் கூட்டு, பொரியலோடு பெரியம்மாவே சமைத்துப் போட்டது. தமிழ்நாடு அரசுக்கு முன்னுதாரணமாக அன்னதானத்திட்டத்தை அன்று ஆரம்பித்து வைத்ததே மல்லிகாம்பாள்தான்!

செத்தும் சோறு போட்டார் பட்டினத்தார்! சினிமா, ஆட்சிகளையே புரட்டிப்போடும் அசுர சாதனம். மல்லிகாம்பாளை அது கதறவிட்டதில் ஆச்சரியம் ஏதுமில்லை.

பாரதிராஜா... மகா கலைஞன்! ஆயிரமாயிரம் இளைஞர்களை கோடம்பாக்கம் நோக்கிக் கொடி பிடிக்கவைத்த படைப்பாளி!

ஆனால், அதே பாரதிராஜாவால் ஒருவன் சினிமாவே வேண்டாம் என்று ஒரே நாளில் திரும்பி ஓடினால்...எப்படியிருக்கும்?

13

அதிகாலை அலாரம் அடித்தது!

''அண்ணே, அண்ணே... பாலாண்ணே!'' - படபடவென யாரோ கதவைத் தட்டினார்கள். பரிச்சயம் இல்லாத குரல். உற்சாகமாகிவிட்டேன். நான் யூகித்தபடியே, வாசலில்... ஒரு புதிய கிளி!

சென்னையில்... அதுவும் டீக்கே லாட்டரி அடிக்கிற என்னைப் போன்ற பிரம்மச்சாரிகளின் வாழ்க்கையில் கிளிகளின் வருகை, எல்லாம் வல்ல இறைவனின் அருட்கொடை!

தொலைதூர ஊர்களிலிருந்து உறவு, நட்பு என்று வாரம் இரண்டு கிளிகளாவது பெட்டியுடன் வந்திறங்குவார்கள். ஏதோ மொத்த இண்டஸ்ட்ரியும் எங்கள் கைப்பிடியில்தான் இருப்பது போல, பிழைப்புத் தேடி எங்களிடம் வருகிற ஒவ்வொரு கிளியையும் வரவேற்க வழிமேல் விழிவைத்துக் காத்திருப்போம். காரணம் அவர்கள் கையில் லம்ப்பாகக் காசு வைத்திருப்பார்களே. அன்று கதவைத் தட்டியது அருப்புக்கோட்டை கிளி!

எங்களைப் போலவே காலியான குவார்ட்டர் பாட்டில்களும், தீர்ந்து போன சிகரெட் பாக்கெட்டுகளும், நிரம்பி வழியும் ஆஷ்-ட்ரேவும், பழைய பாய்களும், அழுக்குத் தலையணைகளும்

சிதறிக்கிடக்கிற புத்தகங்களுமாக ரூமே 'தேமே' என்று கிடந்தது. அறையை கிளி கலவரமாகப் பார்க்க, உஷாரானேன்.

''ஃபுல் நைட் டிஸ்கஷன் ஓடுச்சு... அதான்... சரி, உட்காரு. அப்புறம் என்ன விசேஷம்?'' என்று கேட்டேன். அதற்குள் என் சக படைப்பாளிகளும் விழித்துவிட்டார்கள்.

''அண்ணே... சினிமாதேன் நமக்குச் சரிப்பட்டு வரும்னு ஊரைவிட்டு ஓடியாந்துட்டேன். எப்படியாவது, எதுலயாவது என்னைச் சேத்துவிட்ருங்கண்ணே... சினிமால ஜெயிச்சதுக்கப் புறந்தேன் மறுபடியும் ஊர்ப்பக்கம் வருவேன்னு வீறாப்போட வந்துட்டேன்ணே...'' என்றான். கிளிகள் ரெகுலராகப் பேசுகிற வசனம் இது!

''ஏண்டா, நேத்து பாக்யராஜ் ஒரு அசிஸ்டெண்ட் வேணும்னு கேட்டதா சொன்னாங்கள்ல...'' என்று டாப் கியரில் கிளப்பினார் பாரதிசந்தர். சிரிப்பை அடக்கியபடி நான் கிளியிடம் திரும்பி, ''வேலைதானே! பாத்துரலாம். மொதல்ல டீ சாப்பிடலாமா?'' என்று கேட்டேன்.

''சரிண்ணே..''

''பதினேழு டீ, பதினேழு பன் சொல்லு...'' என்றதும் ஃப்யூஸ் போன பல்ப் போலப் பதறிப்போனான்.

''பதினேழா? எதுக்குண்ணே?''

''இதப்பார்றா... இங்கயிருக்கிற அத்தனை பேரும் சினிமால முக்கியமான ஆளுக. நமக்குனு நாலு பேரு வேணும்னா, முதல்ல இவிங்களை கரெக்ட் பண்ணிரணும்..''

''சரிண்ணே..'' என்று பதினேழு டீ வாங்க அவன் பரிதாபமாகப் பணமெடுத்தபோதே எவ்வளவு பணம் வைத்திருக்கிறான் என்று

மோப்பம் பிடித்துவிட்டார்கள் நம் படைத் தளபதிகள். ''கொஞ்சம் வெயிட்டான கிளிதான்!'' என்று காமெண்ட் அடித்தான் ஒரு குசும்பன்.

''டிபனை முடிச்சுட்டோம்னா, அப்புறம் விவரமா பேசிரலாம்...'' என்று காரியத்திலேயே கவனமாக இருந்தார் பாரதிசந்தர். 'நாப்பது இட்லி... எட்டு தோசை... நாலு பூரி செட்டு... நாலு பாக்கெட்டு சிகரெட்டு...'' என்று ஒரு சிகரெட் அட்டையில் பட்டியல் எழுதி, பக்கத்து ஓட்டலில் அவனை வாங்கிவர வைத்தோம்.

எல்லோரும் சாப்பிட உட்கார்ந்தபோது... அவனுக்கு மட்டும் இட்லி இறங்கவில்லை. அப்படியே இன்னொரு ரவுண்ட் டீ, காபி ஓடியது. உபயம்: அருப்புக்கோட்டை கிளியேதான். அப்புறம் மதியம் ஆளாளுக்கு முட்டை, மட்டன், கோழி என்று விதவிதமான பிரியாணி கேட்க... அதையும் வியர்க்க விறுவிறுக்க வாங்கி வந்து நிற்கும்போதே பாதிக் காற்று போன பலூன் மாதிரி ஆகிவிட்டான்!

''ஏண்ணே... சினிமா ரொம்ப கஷ்டமாண்ணே...? எல்லாரும் கையில காசே இல்லாம இருக்கீங்க..'' என்றான் மெதுவாக.

'ஆகா... பட்சி பறந்து போய் விடுமோ?' என்று பதறிப்போனார் பாரதிசந்தர்.

''அதான்டா சினிமா. ரஜினிகாந்த் இதே ரோட்ல பிளாட்பாரத்துல படுத்துக் கெடந்தவருதான் தெரியும்ல... அந்தச் சமயத்துல அவருக்கு டீயும் டிபனும் வாங்கிக் கொடுத்த மூணு பேரை புரொடியூசராக்கிட்டாரு! அவங்கள்லாம் இப்ப கோடீஸ்வரங்க, தெரியுமில்லே! மொதல்ல அஞ்சுக்கும் பத்துக்கும் கஷ்டப்பட்டாத்தான்டா, அப்புறம் லட்சம்லட்சமா அள்ள முடியும்!'' என்று அவனை மூளைச்சலவை செய்ய முற்பட்ட பாரதிசந்தரின் பேச்சைக் கேட்டு கிளி கொஞ்சம் மிரண்டு போனது.

அன்று டி.வி.யில் பாரதிராஜாவின் 'நிழல்கள்' படம்!

அத்தனை பேரும் மல்லிகாம்பாள் வீட்டு டி.வி.யில் படம் பார்க்கக் கீழே போனோம். சினிமா ஆசையில் சென்னைக்கு வந்த இரண்டு இளைஞர்கள் எப்படியெல்லாம் சிரமப்படுகிறார்கள் என்பதுதான் படமே!

இரண்டு, மூன்று ரீல் முடிந்ததுமே, இங்கே அருப்புக்கோட்டை கிளி முகத்தில் அருளே இல்லை. அந்தப் படத்தில் இசையமைப்பாளராகி விட கனவு காண்கிற சந்திரசேகர், தன் ஆர்மோனியத்தைத் தட்டிக்காட்டி, ''இது ஒரு நாள் நிச்சயம் தங்க முட்டை போடத்தான் போகுது!'' என்று சொல்ல... மல்லிகாம்பாள் சிரித்து விட்டார்.

''தங்க முட்டை போடுமாம். தங்க முட்டை. வாத்து முட்டைதான் போடப் போகுது. அப்படிக் கெனாக் கண்டுதானே இங்கே இத்தனை கூட்டமும் கெடக்குது!'' என்று எங்களைப் பார்த்துச் சிரிக்க, அருப்புக்கோட்டையின் முகத்தில் புயல் சின்னம்.

''வேலை, வேலைனு இப்படியே கிடக்கிறே... ஒரு நாளைக்கு உங்கப்பன் செத்துட்டான்னு ஓலை வரும். அப்ப என் பொணத்தைப் பார்க்க வரக்கூட உனக்கு காசு கொடுக்க ஒரு பய இருக்க மாட்டான். அப்பத்தான் பட்டணத்து சொகுசு புரியும்...'' என்று தன் மகனைப் பார்த்து அப்பன் குமுறுகிற காட்சியைப் பார்த்ததும், பாத்ரூம் போவதுபோல நைஸாகக் கூட்டத்திலிருந்து நழுவியது கிளி.

படம் முடிந்து நாங்கள் அறைக்குத் திரும்பியபோது பெட்டியும் தோள்பையுமாக நின்றிருந்தது கிளி. ''அண்ணே... நமக்கு சினிமா சரிப்பட்டு வராது. நான் கெளம்பி வரும்போதே எங்கப்பா இருமிக்கிட்டிருந்தாரு. இப்ப என் கையில காசு இருக்கு. அதனால, ஓலை வர்றதுக்கு முன்னால ஓடிப்போயிடுறேன்...'' என்று பதில் பேசவிடாமல் பின்னங்கால் பிடரியில் அடிக்க, சிறகடித்துப் பறந்துவிட்டது கிளி!

அத்தனை பேரும் அவனை நினைத்து, அந்த ராத்திரி முழுக்கச் சிரித்துக் கொண்டிருந்தோம்.

'சந்தியா ராகம்' ஷூட்டிங்...

என் கலையுலக வாழ்வில் ஒரு சின்ன முன்னேற்றம்... கிளாப் போர்டை என் கையில் தந்தார்கள். 'ஸீன் 26 - ஷாட் 4 - டேக் 1' என்று புதிய பாஷை கற்க ஆரம்பித்த காலம் அது. ஒரு நாளைக்கு நூறு முறையாவது திட்டு வாங்குவேன். ''டொன்ட்டி சிக்ஸ் பை ஃபோர், டேக் ஒன்'' - இதை முழுசாகச் சொல்லி முடிப்பதற்குள் மூன்று முறை சொதப்பி விடுவேன். எது க்ளோசப், மிட் லாங், லாங் ஷாட் என்று வகைதொகை எதுவும் புரியாது. எந்த இடத்தில் நின்று க்ளாப் அடிக்க வேண்டும் என்பதும் தெரியாது.

ஒரு முறை... காமிராவுக்கு மிக அருகில் நின்று அடிக்க வேண்டியிருக்கும். இன்னொரு தடவை அரை கிலோமீட்டருக்கு அந்தப் பக்கம் உட்கார்ந்து இருப்பவருக்கு ஜூம் பண்ணியிருப்பார்கள். விஷயம் புரியாமல் நான் க்ளாப் போர்டுடன் தடுமாறும்போதெல்லாம் மானாவாரியாகத் திட்டு வாங்குவேன். அப்போதெல்லாம் எனக்கு உள்ளே மிருகம் மாதிரி உறங்கிக் கொண்டிருக்கும் 'மதுரை விருமாண்டி' கொந்தளிப்பான். ஆனால், காட்டிக் கொள்ள முடியாதே!

இன்னொரு முறை...

பிள்ளையைத் தூங்கப் போட்டுவிட்டு புருஷனும் பொண்டாட்டியும் பேசிக் கொண்டிருக்கிற காட்சி, படமாகிக் கொண்டிருந்தது. காமிரா ஓடிக்கொண்டு இருந்தது. அர்ச்சனாவும் ஓவியர் வீரசந்தானமும் பேசுகிறார்கள். நான் அந்தக் குழந்தையின் முகத்தையே பார்த்தபடியிருந்தேன். உறங்குவது மாதிரிக் கிடந்த குழந்தை திடீரென லேசாக ஓரக்கண்ணால் பார்த்தது. அவ்வளவுதான்...

என்னையுமறியாமல் நான் ‘கட்... கட்... கட்... கட்...’ என்று கத்திவிட்டேன்.

யூனிட்டே அதிர்ந்துபோனது. அனைவரும் என்னையே பார்த்தார்கள். மாபெரும் தவறைச் செய்தவனைக் குற்றவாளிக் கூண்டில் நிறுத்தியது போலிருந்தது அவர்களின் பார்வை!

‘‘எதுக்கு இப்போ ‘கட்’ சொன்னே..?’’ என்று என் பக்கம் திரும்பிக் கேட்டார் டைரக்டர்.

‘‘இல்லீங் சார்... அந்தப் புள்ள கண்ண முழிச்சுப் பாத்துருச்சு சார். அதான் சார்’’ என்றேன் பரிதாபமாக. என்னை ஆழமாகப் பார்த்த டைரக்டர், ‘‘ஓகே... இன்னொரு டேக் போலாம்’’ என்றார்.

அவர் இதயத்தில் நான் இடம்பிடிக்க ஆரம்பித்தது அப்போதுதான்!

பாகவதர் எனக்கு பக்கா தோஸ்த்தாகி விட்டார்.

ஊரில் கிராமத்தில் ஆற்றிலும் குளத்திலும் கிணற்றிலும் குதித்துக் குளித்த உடம்பு. பட்டணத்தில் பக்கெட் தண்ணீரில் மொண்டு குளிக்க வேண்டிய சோகம் பேசுகிற காட்சி அது.

மாறி மாறி டேக் வாங்கினார் சொக்கலிங்க பாகவதர். விளைவு... தொடர்ந்து தண்ணீரிலேயே ஊறியதால், மனிதர் உடம்பு கிடுகிடுக்க ஆரம்பித்துவிட்டது.

அன்று ஷூட்டிங் முடியும்போது... மெட்டடார் வேனில் ஏறாமல் நின்றிருந்தார் பாகவதர். ‘‘என்ன தாத்தா... நீங்க வரலியா..? வண்டி கெளம்பப் போவுதே?’’ என்றேன்.

‘‘இங்க வாடா...’’ என்றவர், ‘‘தண்ணியில நடுங்கிப் போச்சுடா. இந்தத் தண்ணிய அடக்க அந்த தண்ணி போட்டாத்தான் முடியும்’’ என்று கட்டைவிரல் காட்டிச் சிரித்தார்.

'தண்ணி' என்றால் என்னவென்றே தெரியாத பச்சைப்புள்ள மாதிரி நான் நிற்க, ''மொசப் பிடிக்கிற நாயை மூஞ்சியைப் பாத்தாலே தெரியும்டா'' என்று என் குமட்டில் செல்லமாகக் குத்தினார் பாகவதர்.

எங்களின் தீர்த்தயாத்திரை துவங்கியது!

ஹீரோ தாத்தாவை என் அறைக்கு அழைத்துப் போய் அன்று ஊற்றிக் கொடுத்தேன்.

பழைய நினைவுகளும், பாட்டும் ஆட்டமுமாகப் பிரமாதப்படுத்தி விட்டார் பாகவதர். ஆனாலும்... பரமசிவனேயானாலும் பார்வதிக்குப் பயந்துதானே ஆக வேண்டும்.

''வீட்ல கெழவி என்னைக் கொல்லப்போறா'' என்று போதையேறயேறப் புலம்ப ஆரம்பித்தார்.

''முடிஞ்சிருச்சுருடா... எந்த நேரமும் வாசல்ல எமன் வந்து நின்னுருவான். நல்லது, கெட்டது எல்லாம் பாத்துட்டேன். ஒண்ணு சொல்றேன் கேட்டுக்க... எங்கேயும் எப்பவும் எவனையும் அண்டிப் பொழைக்கக் கூடாது. அப்படி ஒரு தடவை நின்னுட்டோம்னா மானம், மரியாதை அத்தனையும் போயிரும்ப்பா. அதுக்கப்புறம் மனுஷன் மட்டைக்குச் சமம்...'' என்றார்.

சைக்கிளில் பாகவதருடன் டபிள்ஸ் அடித்தபோது அந்த இரவு வீதிகளில் தன் பாடல்களை வழியவிட்டுக்கொண்டே வந்தார்.

''ஒன்ன எனக்குப் பிடிக்கும்டா பாலு. நீ ஜெயிப்பே... ஆனா, சினிமால மட்டும் சீக்கிரம் ஜெயிச்சிரணும்டா! ந்தா.. எம்பத்தஞ்சு வயசுல நான் ஹீரோவாம். எம் பொண்டாட்டிட்ட கூடப் பெருமையாச் சொல்லிக்க முடியாது. அதது அந்தந்த பருவத்துல கிடைச்சாதானே அருமை.. பெருமை!'' என்றார். அதன்பிறகு அவர் பேசவே இல்லை.

பாகவதர் ஹீரோவானது எண்பத்தைந்து வயதில்!

எனக்கு வயசு இருபத்தாறுதான். நான் ஹீரோவாக முடியாதா? ஆனேனே... நானும் நடிகன் ஆனேனே!

14

முதல் நாளே சொல்லிவிட்டார்கள்... "பாலா... நாளைக்கு நீ நடிக்கிற...!"

"நானா...?"

"ஆமா... ரொம்ப முக்கியமான காரெக்டரு... நீதான் நடிக்கணும். டைரக்டரே சொல்லிட்டாரு..." 'சரி... நம்ம டைரக்டருக்காக ஆக்ட் பண்ணிக்குடுப்போம். என்ன... டூயட் கீயட்டெல்லாம் குடுத்து நம்மை கிளாமரா யூஸ் பண்ணமாட்டாரு. இது ஹிட்டாகி அடுத்து வேற டைரக்டர் படங்கள்ல நடிக்கறப்ப நமக்கு பிடிச்ச குஷ்பு, பானுப்ரியானு சிபாரிசு பண்ணிக்கலாம்' என்று குஷியுடன் ஓடி அவசரமாக சலூன் தேடி முடிவெட்டினேன்.

அதிகாலையில் சோப்பு மணக்கக் குளித்தேன். இருப்பதிலேயே புதுசாக ஒரு சட்டை எடுத்துப் போட்டுக்கொண்டு ஷூட்டிங் ஸ்பாட் ஓடினேன்.

"ஏ... ஆர்ட்டிஸ்ட் வந்தாச்சுப்பா" என்று காஸ்ட்யூமை என் கையில் திணித்தார்கள். போஸ்ட்மேன் வேஷம்!

"சார் போஸ்ட்" என்று சைக்கிள் தள்ளியபடியே வந்து ஒரு கடிதம் தந்துவிட்டு நகர வேண்டுமாம். நான் அப்செட்டாகிவிட்டேன்!

மனம் புழுங்கி, ''என்ன சார் பெரிய காரெக்டர்னு சொன்னீங்க...'' என்றேன் எஸ்.எஸ். ராமனிடம். ''டேய்... கதையோட டர்னிங் பாய்ண்ட்டே நீ கொடுக்கிற இந்த லெட்டர்னாலதானடா'' என்று வெந்த புண்ணில் வெட்டரிவாளை வீசினார் அவர்.

'சரி... சரி... எம்.ஜி.ஆர்., சிவாஜியைக்கூட ஆரம்ப காலத்துல இப்படித்தான் அசிங்கப்படுத்தியிருக்கும் இந்த சினிமா' என்று என்னை நானே ஆசுவாசப்படுத்திக் கொண்டேன். காலை ஒன்பது மணிக்கே யூனிஃபார்மை மாட்டி விட்டார்கள்.

''டேய்... ஆர்ட்டிஸ்ட்டாயிட்டா அசிஸ்டெண்ட் வேலை பார்க்க மாட்டீயா?'' என்று சவுண்ட் கொடுத்து வெறுப்பேற்றினார்கள். எல்லா வேலைகளையும் இழுத்துப் போட்டுக் கொண்டு செய்தேன்.

''என்னா போஸ்ட்மேன்... எனக்கெல்லாம் தபாலு தர மாட்டீங்களா?'' என்று ஒரு சுடிதார் கேட்க... வெட்கத்துடன் ஓடிவந்துவிட்டேன்.

'எப்படா நம்ம ஷாட்டை எடுத்து முடிப்பாங்க?' என்று நான் ஏங்கவே ஆரம்பித்துவிட்டேன். அன்று கடைசி ஷாட்டாக அது அமைந்தது.

''என்னப்பா ரெடியா?'' என்றார் டைரக்டர். காமிரா என் பிடரிக்குப் பின்னால் இருந்தது. ஃபிரேமுக்குள் நுழைந்து 'சார் போஸ்ட்' என்று லெட்டர் தந்த வேகத்தில் வெளியேற வேண்டும். அடப்பாவிகளா... என் முகத்தைக்கூட காட்ட மாட்டீங்களா?

இந்திய சினிமாவில் என் வருகையை எப்படியாவது பதிவு பண்ணிவிடவேண்டும் என்ற வெறியோடு இருந்தேன். ''ஆக்ஷன்'' என்று டைரக்டர் குரல் கொடுக்க, லெட்டரை நீட்டிவிட்டு தற்செயலாகத் திரும்புவது மாதிரி வேண்டுமென்றே காமிராவில் என் முகம் தெரியும்படி எதிர்ப்பக்கமாக நடந்தேன்.

''கட்...'' என்றார் டைரக்டர். ''என்னடா லெஃப்ட் ரைட் தெரியாதா? அந்தப் பக்கமா உள்ளே வந்துட்டு இந்தப் பக்கமா போறியே... வந்த வழியே அவுட் போகணும்... புரியுதா?'' என்று திட்டு விழுந்தது. ஏற்கெனவே நாளைக்கு நூறு முறை நடிகன் அவதாரமெடுத்ததில் புதுசாக போனஸ் திட்டு கிடைத்ததுதான் மிச்சம்.

'கரகாட்டக்காரன்', 'கூலிக்காரன்', 'பணக்காரன்' என்று 'காரன்' சினிமா சீஸனில் டைரக்டர் ஒரு கிழவனின் கதையைப் படமெடுத்துக் கொண்டிருந்தார். அதுவே எனக்கு கலாச்சார அதிர்ச்சி!

உதவி இயக்குநர்களோ அபார திறமைசாலிகள். எஸ்.எஸ். ராமன் சார் பேச ஆரம்பித்தால்... டைரக்டரே பொறுமையாக, பணிவாகக் கேட்பார். அப்படி ஒரு விவாதப் புலி.

இன்னொரு பக்கம் ஜே.டி. உலக சினிமாவைக் கரைத்து, காலை ஒரு டம்ளர் மாலை ஒரு டம்ளர் என்று சினிமாக்கஞ்சி குடிக்கிற பார்ட்டி. அகிரா குரோசோவா மாதிரி வார்த்தைகள் என் காதில் விழுந்ததே... அவரால்தான்.

நடுவில் அறிவுமதி சரியான ஞானக்கிறுக்கன்.

'நடுவெயில்

சுடுமணல்

பாவம்... உன் பாதச்சுவடுகள்'

என்று கவிதையாகப் பொழிவார்.

இவர்களுக்கு நடுவே... பொளேரென அறை வாங்கியதும் பொறி கலங்கத் திரிவோமே... அப்படி திக்கேது... திசையேது என்று தெரியாமல் நான் அலைந்து கொண்டிருப்பேன். ஆனால், வேலைக்கு மட்டும் சளைத்ததே இல்லை.

சினிமா என்கிற சயின்ஸ் பழக ஆரம்பித்தேன்.

ஒரு வீட்டுக்குள் நுழைகிற காட்சி இன்று படமாக்கப்படும். அதோடு சரி... வீட்டு வரவேற்பறையாகக் காட்டப்படுவது வேறொரு இடம்... வேறொரு நாளாக இருக்கும். நடிகர் முதல் நாள் உடுத்தியிருந்த அதே உடையுடன் வரவேண்டும். இந்த ‘ஷாட் கன்டினியூட்டி’யும் ‘லெஃப்ட் ரைட்’ சூட்சுமமும் புரிந்துவிட்டாலே... சினிமாவில் பாதி பயங்கள் அகன்றுவிடும்.

சொல்லித் தெரிவதில்லை சினிமாக் கலையும். திகைப்பும் வியப்புமாக நான் வேடிக்கை பார்த்தபடி அலைந்தேன். எடிட்டிங், டப்பிங், எஃபெக்ட்ஸ், ரீரிக்கார்டிங், மிக்ஸிங் என்று ஒவ்வொரு ஏரியாவும் ஒரு அதிசயம். கூட்டத்தில் ஒருவனாக நானும் திரிவேன். ‘‘டாய்... டீ சொல்றா...’’ என்று விரட்டுவார்கள். ஆனாலும் காதலுடன் சினிமா பழக ஆரம்பித்தேன்.

‘சந்தியா ராகம்’ படம் முடிவடைந்தது.

படம் தியேட்டர்களுக்கு வரவில்லை. திரைப்பட விழாக்களில் கொண்டாடப்பட்டது. ஏகப்பட்ட அவார்டுகளை அள்ளியது. விமரிசனங்கள் பிரமாதமாக வந்தன. இத்தனை தகுதியான ஒரு படத்தில் உதவி இயக்குநர்கள் என்ற வரிசையில் கடைசியாக பாலா என்று என் பெயர் டைட்டிலில் வந்தது. என் வாழ்வின் உன்னதமான, உயரமான ஒரு சிகரத்தை நோக்கிய பயணத்தின் முதல் அடையாளம் அது!

எல்டாம்ஸ் அறையில் நண்பர்கள் எல்லோரையும் அழைத்துப் போய் படம் காட்டினேன். ‘‘பார்ட்டி குடுறா’’ என்றார்கள்.

‘‘குடுத்துரலாம்...’’ என்று காத்திருந்தேன்.

கிளிகளுக்கா பஞ்சம்? அன்று சிவகங்கையில் இருந்து பெட்டி,

படுக்கையுடன் வந்திறங்கியது ஒரு கிளி. அது சாதாரணக் கிளியல்ல... பஞ்சவர்ணக்கிளி!

ஆச்சரியம்... அவனுக்கு சினிமாக்கனவு ஏதுமில்லை. இரும்புக்கடையில் வேலைக்குச் சேர வந்திருந்தான் பாண்டியன். அதற்கப்புறம் எங்களுக்கு அலாவுதீன் பூதம், அற்புத விளக்கு - இரண்டுமே அவன்தான்!

வறுமை அரக்கனை விரட்ட நாங்கள் கிளிகள் தேடும் டெக்னிக் புரிந்து கிட்டத்தட்ட எங்களைப் பார்த்ததுமே எதிராளிகள் முந்திக்கொண்டு, ''மாப்ளே, ஒரு இருபது ரூபா இருந்தா குடேன்!'' என்று எங்களிடமே ராக தாளமெல்லாம் போட்டு, பஞ்சப்பாட்டு பாட ஆரம்பித்துவிட்டார்கள்.

நாங்கள் இரண்டு கிளிகளிடம் பறித்துப் பசியாறினால், எங்களிடம் பிடுங்கித் தின்ன நாலு பருந்துகள் காத்திருக்கும். அப்படி ஒரு இருண்டகாலத்தில் கிடந்த எங்களுக்கு பாண்டியன் கடையேழு வள்ளல்களுக்கு அடுத்தபடியான எட்டாவது வள்ளல்!

''காசு வெச்சிருக்கியா பாண்டி'' என்றால், ''எவ்ளோ வேணும்?'' என்று அள்ளித் தந்துவிட்டு, ''இந்தப் பணம் போதுமா... இன்னுங்கொஞ்சம் வேணுமா?'' என்று கேட்கிற கொடைவள்ளல்.

''பழைய பாக்கி என்னாச்சு?'' என்று ஒரு நாளும் கேட்கிற பழக்கமில்லாத தானப்பிரபு.

ஒரு நாள் அவனிடமும் பணமில்லை!

இருந்த ஒரு நல்ல மனுஷனும் இவ்வளவு சீக்கிரம் உஷாராகிவிட்டானோ என்று ஏதோ வேகத்தில் அவன் சூட்கேஸை சோதனை போட்டபோது ஒரு காகிதப் பொட்டலம் சிக்கியது. பிரித்துப் பார்த்தால் அதனுள்ளே குங்குமம் அப்பிய ஒரு ரூபாய் நாணயம்

இவன்தான் பாலா

ஒன்று கண்சிமிட்டியது. அதையெடுத்ததும் பாண்டி பதறி ஓடிவந்தான். ‘‘அத மட்டும் தொடாத... அது சாமி காசு. எங்க தாத்தா குடுத்தது!’’ என்றான்.

‘‘என்னாது... சாமி காசா? கவர்ன்மெண்டுக்குப் பதிலா சாமியே இப்ப சில்லறைக் காசு அடிச்சு விடுதா..?’’

‘‘இல்லல்ல... இது எங்க தாத்தா கும்பிட்டுக் குடுத்த காசு. இந்த ஒரு ரூபாயை எடுத்துட்டுப் போய் மெட்ராஸ்ல ஒரு லட்ச ரூபாயா மாத்திட்டு வந்துருனு ஆசீர்வாதம் பண்ணித் தந்தாரு. இதை மட்டும் எடுக்காதீங்க.’’

‘‘போடா இவனே... சாமியாம்... தாத்தாவாம். ஒரு ரூபாயை லட்ச ரூபாயா மாத்தறானாம்’’ என்று கிண்டலடித்துவிட்டு அந்தக் காசில் ஆறேழு பீடி வாங்கிப் பற்றவைத்தபோது கலங்கி விட்டான் பாண்டியன். இரண்டு நாட்கள் யாரிடமும் பையன் பேசவே இல்லை.

ஆனால், பாண்டியன் ஜெயித்தான்!

இங்கே ஒரு இரும்புக்கடையில் கணக்கு வழக்கு எல்லாம் பார்த்தான். ‘மாமூ ஸ்டீல்ஸ்’ முதலாளிகள் அவனையும் ஒரு மகனாகவே பார்த்தார்கள். சம்பளக் காசு வாங்கியதும் வந்து எங்கள் அத்தனை பேருக்கும் செலவழிப்பான். சோப், டூத்பேஸ்ட் முதல் தீபாவளி, பொங்கல் மாதிரி திருநாளுக்குத் துணி எடுத்துத் தருவது வரை அப்படிப் பார்த்துப் பார்த்துச் செய்வான். ஒரு கட்டத்தில் அவன் திறமையான வியாபாரியாக வளர்ந்து நிற்க, முதலாளிகள் ஆசீர்வாதத்துடன் சிவகங்கையில் ஒரு கடை ஆரம்பித்தான். விசுவாசத்தின் அடையாளமாக அவன் தன் கடைக்கு ‘மாமூ ஸ்டீல்ஸ்’ என்றே பெயர் வைத்தான். பாண்டி இப்போ நிஜமாவே லட்சாதிபதி. ஆனால், தன் பேரன் ஒரு ரூபாயை நிஜமாகவே லட்ச ரூபாயாக்கிவிட்டதைப் பார்க்கத்தான் அந்த தாத்தா ராமச்சந்திரன் சேர்வை இப்போது இல்லை!

காலத்தின் கோலம்... இன்று அந்தக் கிளியே பருந்தாக மாறி என்னைப் படாதபாடுபடுத்துகிறது!

ஸ்பெஷல் ஷோ!

'சந்தியா ராகம்' பார்க்க ஜெயகாந்தனை அழைத்திருந்தார் டைரக்டர். சிங்கம் சினிமா பார்க்க வருகிறது. ஆர்வமாகக் காத்திருந்தேன்.

வந்தார் ஜே.கே.! படம் ஆரம்பமானது. திரை வெளிச்சம் பட்டு மினுமினுக்கும் ஜே.கே-வை அந்த ஒரு மணி நேரமும் பார்த்துக் கொண்டேயிருந்தேன். மீசையை முறுக்கிய விரல்கள், நடனமாடிய புருவங்கள், கலங்கின விழிகள் என்று அவரையே ரசித்தேன்.

படம் முடிந்ததும் வெளியே வந்த ஜெயகாந்தன் அப்படியே டைரக்டரை எலும்புகள் நொறுங்கும்படி இறுக்கிக் கட்டிக் கொண்டார். ''நீ ஒருத்தன் இருக்கடா தமிழ் சினிமாவுக்கு. அதுபோதும்... அது போதும்'' என்றார்.

அன்றிரவு அத்தனை பேரும் கலைந்த பிறகு டைரக்டர் சொன்னார்... ''இதாண்டா நிஜமான அவார்டு. இதுபோதும்டா... இது போதும்''

சிங்கத்தைச் சந்தித்ததிலேயே சிலிர்ப்போடு இருந்த எனக்கு என் டைரக்டரின் மனதிலும் அவரே ஆதர்ஷம் என்று உணர்ந்தபோது நெகிழ்ந்து போனேன்.

கலைவாணர் அரங்கம்... ஏதோ ஒரு 'சர்வதேசத் திரைப்பட விழா!' முதல் நிகழ்ச்சியே 'சந்தியா ராகம்' திரையிடல்தான்.

முந்தின இரவே பாகவதர் வீடு வரை போய் அவரை வரச் சொல்லி நினைவூட்டிவிட்டு வந்திருந்தேன். மேடையில் மத்திய மந்திரி... அரங்கமெல்லாம் சினிமா மக்கள்.

கலைஞர்களைக் கௌரவிக்கும் பொருட்டு ஒவ்வொருவராக மேடையேற்றினார்கள். 'சொக்கலிங்க பாகவதர்' என்று மைக் அறிவிக்க... பளிச்சென துவைத்துப்போட்ட பழைய சட்டை வேட்டியுடன் கையில் மஞ்சள் பையுடன் மேடையேறினார் பாகவதர். அரங்கமே எழுந்து நின்று கைதட்ட... மேடையில் இரு கரம் கூப்பியபடி நனைந்த விழிகளுடன் நின்றிருந்தார் பாகவதர். எனக்கும் கண் கலங்கிவிட்டது.

பாகவதரை வழியனுப்ப அவர் கைப்பிடித்து வெளியே அழைத்து வந்தேன். ''பெரிய மரியாதை செஞ்சுட்டாங்கப்பா'' என்று திரும்பத் திரும்பச் சொல்லிக் கொண்டிருந்தார்.

''தாத்தா... பத்திரமா போயிருவீங்கள்ல'' என்று கேட்ட என்னைப் பரிதாபமாகப் பார்த்தார் பாகவதர்.

''பாலு பத்து ரூபா இருக்காடா... பஸ்ஸுக்கு காசு இல்லடா'' என்றார். என் கையிலும் காசு இல்லை.

''ஒரு நிமிஷம் நில்லு தாத்தா...'' என்று உள்ளே ஓடிப்போய் இருபது முப்பது ரூபாய் வாங்கி வந்து தாத்தாவிடம் தந்தேன்.

''நல்லாயிர்றா...'' என்ற தாத்தா, என் கைகளைப் பிடித்துக்கொண்டு விசும்பி விசும்பி அழுதார். ''காசு பணம் சம்பாதிக்கலைடா. ஆனா, மரியாதை சம்பாதிச்சிருக்கேன்'' என்றவர், ''மரியாதையை வெச்சு மளிகைச்சாமான் வாங்க முடியாதுரா'' - துண்டால் முகம் துடைத்தபடி நடக்க ஆரம்பித்தார் பாகவதர்.

ரோட்டோரமாக மடக்கின குடையும் மஞ்சள் பையுமாக தளர்நடையுடன் போய்க் கொண்டிருந்தார் எங்கள் கதாநாயகன்.

இதுதான் சினிமா!

15

சினிமாவில் முன்னேற தேடுதல் வேண்டும் என்று சொல்வார்கள். தேடுவதற்கு சினிமா என்ன திரவியமா?

என்னைப் பொருத்தவரை தேடுதல் என்பது உலகத்தை வேடிக்கை பார்ப்பது.

வேலையில்லாத நாட்களில் வெளியே கிளம்புவேன். கையில் எவ்வளவு காசிருக்கிறதோ... அது பொருத்து அமையும் என் பயணம்!

கடற்கரையில் வானம் பார்த்தபடி கிடப்பேன். விதவிதமான மனிதர்கள்... தினுசுதினுசான காதலர்கள்... குடும்பம் குடும்பமாக வருகிறவர்கள் என வந்து போகிறவர்கள் முகம் பார்ப்பேன்.

மின்சார ரயிலின் அவசர முகங்கள் எப்போதுமே சுவாரஸ்யம்தான். 'இதோ எந்தன் தெய்வம் முன்னாலே...' என்று பயணிகளின் புகழ்பாடுகிற பார்வையற்றவர்களை, சிறுவியாபாரிகளை, ஓரமாகக் காதல் பேசுகிறவர்களை... ரசித்துக் கொண்டிருப்பேன்.

நீதிமன்ற வளாகம் பக்கம் செல்வேன். கரைவேட்டிகளை, பணம் பிதுங்குகிற தொப்பைகளை, சிவப்பேறிய கிரிமினல் கண்களை, விவாகரத்து கேட்டு வந்து நிற்கும் கணவனைப் பார்த்து, 'என்னங்க, இளைச்சுட்டீங்க' என்கிற பாவப்பட்ட மனைவியை, விவாகரத்துக்குக்

காரணம் கேட்கும் நீதிபதியிடம் மனைவியின் கள்ளக்காதல் பற்றிச் சொல்லிக் கலங்கும் கணவனை... இப்படி எத்தனையோ கதாபாத்திரங்கள்.

அரசாங்க மருத்துவமனையின் மருந்து நெடியடிக்கிற வராந்தாக்களில் உலவுவேன். பலவீனமான அழுகுரல்களை, கெஞ்சல் ஒலிகளை, பெற்ற பிள்ளையைப் பறிகொடுத்த பெற்றோரிடம் பிணத்தைத்தர பேரம் பேசுபவர்களையும் பார்த்திருக்கிறேன்.

ரயில்நிலையத்தின் பரபரப்பை... வரவேற்கக் காத்திருக்கிற பரவசங்களை, பிரிவுநேரப் பரிதவிப்புகளை நிறையப் பார்த்ததுண்டு. ராணுவத்துக்கு ரயிலேறுகிற கணவனை அத்தனை உறவினர் கூட்டத்துக்கு மத்தியில் இறுகக் கட்டிக்கொண்டு முத்தமிட்டு அழுத கிராமத்து சகோதரி ஒருத்தியின் கண்ணீர் இன்னும் ஞாபகமிருக்கிறது.

இப்படித் தினம் தினம் தேடுதல் வேட்டை தொடரும். நம்மைச் சுற்றியுள்ள உலகத்தில் இல்லாத கதைகளையா கற்பனை வந்து கொட்டித் தரப்போகிறது.

இப்போது நான் படமெடுக்கும்போது ஒவ்வொரு ஃப்ரேமிலும் கடந்து செல்கிற மனிதர்கள்கூட எப்படியிருக்க வேண்டும் என்பதைத் தீர்மானிக்க எனக்கு எப்போதும் கைகொடுப்பது அந்தத் தீராத யாத்திரையின் தரிசனங்களே!

‘சந்தியாராக’த்தைத் தொடர்ந்து ‘சக்ரவியூகம்’!

தெலுங்குப்படம். சுமன், அர்ச்சனா, கவுதமி நடித்த படம். டைரக்டர், ஹீரோ ஹீரோயினைவிட நான் கொஞ்சம் பிஸியாகிவிட்டேன். ஏதேதோ வேலைகள் சொல்வார்கள். வீடியோக்கடை, லைப்ரரி, ஜவுளிக்கடை, ஸ்டூடியோ, லேப் என எங்கெங்கோ அலைவேன்.

ஊட்டியில் ஷூட்டிங். சக உதவியாளர்களுடன் காரிலோ ரயிலிலோ ஒரு ஜாலியான பயணத்தைக் கற்பனை செய்து வைத்திருந்த

எனக்கு துன்ப அதிர்ச்சி தந்தார் டைரக்டர். இரண்டு நாட்களுக்கு முன்பே நான் மட்டும் அவருடன் விமானத்தில் செல்ல வேண்டுமாம்.

விமானநிலையத்தில் 'ஹிக்கின்பாதம்'ஸில் புத்தகம் புரட்டிக்கொண்டிருந்த டைரக்டர் தற்செயலாக என்னிடம் கேட்டார்.

''இதுக்கு முந்தி ஃப்ளைட்ல போயிருக்கியா?''

''இல்ல சார்..'' என்றதும் பரபரப்பாகிவிட்டார்.

''இதான் ஃபர்ஸ்ட் ட்ரிப்பா... வெரிகுட்!'' என்றவர், விமானநிலைய விதிமுறைகளைச் சொல்லித்தருவதில் ஆரம்பித்து, ஸீட் பெல்ட் அணிந்து கொள்வதுவரை ஒரு குழந்தைக்குச் சொல்லித் தருவதுபோல விளக்கினார். ஜன்னலோர ஸீட்டில் அமரவைத்தார்.

உற்சாகபானத்துடன் செல்லவேண்டிய படுகலக்கலான பயணத்தில் மண்ணள்ளிப் போட்டுவிட்டாரே என்ற கவலையிலிருந்த என்னிடம், ''ஆமா... ஃபர்ஸ்ட் டைம் ஃப்ளைட்ல ஏறின த்ரில்லே உங்கிட்டே தெரியலியே?'' என்று கேட்டார்.

''என் மூஞ்சியே அப்படித்தான் சார்'' என்றேன். அமைதியாகிவிட்டார்.

ஊட்டி என்றால் டைரக்டருக்கு அத்தனை ப்ரியம்!

எங்களுக்கோ குலைநடுங்கும். 'பாவம் குளிர்ல வெறைச்சு செத்துப் போயிறப்போறான்' என்று என்னை அழைத்துப்போய் ஸ்வெட்டர், மப்ளர், சால்வை, சாக்ஸ், கிளவுஸ் என எல்லாம் வாங்கித் தந்தார். சந்தோஷமாக அணிந்துகொண்டேன். 'இந்தா, இதையும் மாட்டிக்க' என்று கடைசியாக ஒரு குரங்குக்குல்லா தந்தார். அதுமட்டும் வேண்டாமென்று அடம்பிடித்து மறுத்துவிட்டேன். படப்பிடிப்பின் போது மொத்த யூனிட்டும் குளிரைச் சமாளிக்கப் பாதுகாப்புக் கவசங்களை அள்ளி அணிந்துகொண்டு நிற்க, அவர் மட்டும்

படுமிடுக்காக அரைக்கைச்சட்டை அணிந்து வந்து சாதாரணமாக நிற்பார்.

தினமும் அதிகாலையில் ஐந்து மணிக்கே எழுப்பி ஏதாவது ஒரு திசையில் காட்டுக்குள் ஏழெட்டு கிலோமீட்டர்கள் நடக்க விடுவார். பழநி முருகனைப் பார்க்கவே பஸ்ஸில் போன சொகுசு பார்ட்டி நான். இந்தப் புதிய பாதயாத்திரை அணியில் நொந்து நூலாகி நடந்து செல்வேன்.

சந்தனக்கடத்தல் வீரப்பனைப் பிடிக்க போலீஸ், ராணுவம், அதிரடிப்படை என்று ஆயிரத்தெட்டு முயற்சிகள் நடக்கிறதே... அதற்குப் பதிலாக எங்கள் டைரக்டரை அனுப்பலாம். 'காட்டுக்குள் ஷூட்டிங்' என்றால் அவருக்கு அத்தனை இஷ்டம்!

அதிகாலையில் அடர்ந்த மரங்களுக்கு நடுவே... சூரியன் பளபளவென சில பல ஒளிக்கத்திகளைச் செருகுகிற நேரத்தில் காமிராவில் மும்முரமாகிவிடுவார்.

அவர் மனதில் ஏதோ ஒரு காட்சி இருக்கும். குறிப்பிட்ட லைட்டிங் மூட் இருக்கும். மனிதர் மகா பொறுமைசாலி... மௌனமாகக் காத்திருப்பார். ஷூட்டிங்கில் யூனிட் ஆட்களின் பேச்சுக்குரல்கூடக் கேட்காது. மலைக்காற்று பேசுவதையும், பறவைகள் பாடுவதையும், குளிர்மேகங்கள் கூடி வந்து கும்மியடிப்பதையும் அவருடன் சேர்ந்து நானும் ரசிக்கப் பழகி விட்டேன்.

சின்னச்சின்ன விஷயங்களைக்கூட ரசிக்கிற மனோபாவத்தை, ஏதோ தவம் இருக்கிற மகாமுனி போல அவர் கடைப்பிடிக்கிற மௌனத்தை, ஓடு மீன் ஓட உறுமீன் வரும்வரை காத்திருக்கிற சினிமாக் கொக்கு போல அவர் காட்டும் பொறுமையை... பொறுமையிழந்தாலும் நானும் ரசிக்க ஆரம்பித்தேன்.

நினைத்தவுடன் நுரையீரல் நிறைய அந்த தைலக் காற்றும்... நெஞ்சு நிறைய அந்த ஈர நினைவுகளும் வந்துவந்து போகிறது எனக்கு.

சினிமா என்பது பலருக்கு கனவு. சிலருக்கு தவம். சிலருக்கு பிழைப்பு. இன்னும் சில பேருக்கு வாழ்க்கை. ஆனால், சினிமாவை சுவாசமாகவே நினைப்பவர் எஸ்.எஸ். ராமன் சார்.

மனிதர் அந்தக் கால நடிகர். டைரக்டர் பாலசந்தரிடம் ஒருமுறை 'உங்களுக்குப் பிடித்த நடிகர் யார்?' எனக் கேட்டபோது அவர் பளிச்சென்று சொன்னது ராமன் சாரின் பெயரைத்தான்.

பாரதியார் வேஷம் என்றாலே எஸ்.வி. சுப்பையாவைத்தான் எல்லோரும் சொல்வார்கள். ஆனால், ராமன் சார் அப்படி ரெண்டு மூணு சுப்பையாக்களுக்குச் சமம்.

ஒரு நாள் இரவு... மலைச்சரிவில் நெருப்பு மூட்டினோம். தீயின் நாக்குகள் நடனமாடத் துவங்கின. ராமன் சார் உடம்பில் மின்சாரம் பாய்ந்தது. கண்களில் கனல் ஒளிர்ந்தது. பாரதி கவிதைகளைப் பாடினார்... ஆடினார்... அவரே பாரதியானார்.

'அக்கினிக் குஞ்சொன்று கண்டேன் - அதை

அங்கொரு காட்டிலோர் பொந்திடை வைத்தேன்

வெந்து தணிந்தது காடு - தழல்

வீரத்திற் குஞ்சென்று மூப்பென்று முண்டோ?

தத்தரிகிட தத்தரிகிட தித்தோம்...'

- அவரின் வெண்கலக் குரல் அந்த மலையெங்கும் எதிரொலித்தது. அந்த ஆவேசம்... திமிர்... கனவு... செருக்கு... தாய்மை... எனப் பளபளத்தன அவரது முகபாவங்கள். ஏதேதோ கனவுகள் சுமந்து என்றேனும் ஒரு நாள் ஜெயித்துவிடுவோம் என்ற நம்பிக்கையிலிருந்த

எங்களுக்கு ஆயிரமாயிரம் ஆக்ஸிஜன் சிலிண்டர்கள் தந்த அனுபவம் அது.

என் வாழ்வில் மறக்க முடியாத இரவுகளில் ஒன்றானது அந்த பாதி ராத்திரி... இல்லை... 'பாரதி ராத்திரி!'

ஏறக்குறைய படப்பிடிப்பு முடிந்து விட்டது. இன்னும் நான்கே நாட்கள்தான் ஷூட்டிங் பாக்கி. அதுவும் 'பாட்ச் வொர்க்!'

இதுவரை எடுத்ததையெல்லாம் கோத்துப் படமாக்கிப் பார்த்த பிறகு அங்கங்கே சில ஷாட்கள் சேர்க்க வேண்டியிருக்கும். சில க்ளோசப்ஸ், ரியாக்ஷன்ஸ், இன்செட்ஸ் என்பது போல. அபாரமான ஞாபகசக்தியும் மிகத் தீவிரமான ஈடுபாடும் தேவைப்படுகிற சிரமமான வேலை அது. படம் நெடுகப் பயன்படுத்தவேண்டிய ஷாட்களை ஒரே நேரத்தில் அதிரடியாக எடுக்க வேண்டும்.

அப்போது டைரக்டரிடம் யாருமில்லை. அத்தனை உதவியாளர்களும் ஏதேதோ காரணங்களால் போய்விட்டார்கள். நான் மட்டுமே அவருடன் இருந்தேன். கொஞ்சம் யோசித்தார் டைரக்டர்.

"என்னடா... முடியுமா? மொத்தமும் சமாளிச்சிருவியா?" என்று கேட்டார்.

"முடியும் சார்..." என்றேன் அமைதியாக.

"அதக் கொஞ்சம் சத்தமாத்தான் சொல்லேன். ஓகே... ரெடி பண்ணு..." என்று என் தோள் தட்டினார். பம்பரமானேன்!

உதவிக்கு யாரும் கிடையாது. அத்தனை ஷாட்களையும் குறிப்பெடுத்தேன். அதற்கான காஸ்ட்யூம்ஸ், செட் ப்ராப்பர்ட்டி எல்லாம் பெட்டி பெட்டியாகத் தேடியெடுத்தேன். 'கன்டினியூட்டி' நோட்டில் நான் குறித்து வைத்திருந்த அத்தனையும் பயன்பட்டது.

ஹீரோயினுக்கு ஒரு பொட்டு எடுத்துத் தந்தேன். அந்தப் பெண்மணி விநோதமாகப் பார்த்தார்.

"இப்படி ஒரு பொட்டு நான் யூஸ் பண்ணதே இல்லை. சான்ஸே இல்லை. இது தப்பான பொட்டு" என்றார்.

"இல்ல மேடம்.. இதான் அந்தப் பொட்டு" என்றேன். அவரோ பிடிவாதமாக மறுத்தார்.

நேரமாகிக்கொண்டே இருந்தது. என்னையே குற்றம் சாட்டிக் கொண்டு இருந்தார் அவர்.

கன்டியூனிட்டி நோட்டைப் பரபரவெனப் புரட்டினேன். சிக்கியது பொட்டு. ஏற்கெனவே அந்தக் காட்சியில் அவர் எப்போதோ பயன்படுத்திய அதே பழைய பொட்டு. ஷீட்டிங் முடிந்த பிறகு வாங்கி பத்திர படுத்திய ஸ்டிக்கர் பொட்டை நான் அந்தப் பக்கத்தில் ஒட்டிப் பத்திரப்படுத்தியிருந்ததை எடுத்துக் காட்டினேன். அப்புறம் அவர் பேசவே இல்லை.

சோதனையாக காஸ்ட்யூமருக்கும் உடல் நலமில்லை. வேறென்ன செய்வது? ஹீரோயின் பயன்படுத்திய அத்தனை உடைகளையும்… உள்பாவாடை உட்பட நானே துவைத்துக் காயவைத்து இஸ்திரி போட்டு மறுநாள் கொடுத்தேன்.

நான்கு நாட்கள்… துளி தூக்கம் இல்லாமல் நான் பரபரவெனத் திரிந்ததைப் பார்த்துக் கொண்டிருந்த டைரக்டர், படப்பிடிப்பு முடிந்ததும் என்னை அழைத்தார்.

"பாலா… நீ இனிமே எல்டாம்ஸ் ரோட்ல தங்க வேணாம். இங்க என்கிட்ட வந்துரு. ஆபீஸ்லயே தங்கிக்கோ… வீட்லயே சாப்பிட்டுக்கலாம்… வந்துரு…" என்றார்.

"ப்ளீஸ் கெட் அவுட்..." என்று இரண்டு வருடங்களுக்கு முன்னால் என்னைத் துரத்திய அதே மனிதர்... இதோ என்னை 'என்னிடம் வா' என்றழைக்கிறார் ஒரு தந்தையின் வாஞ்சையுடன்.

இரண்டாவது முறையாக தத்துப்புத்திரனாகப் போக மனப்பூர்வமாக முடிவெடுத்தேன்.

அந்தச் சமயத்தில் அவரை நினைத்தவுடன் 'சோதனை மேல் சோதனை...' பாடல்தான் நினைவுக்கு வந்தது. முழுப்பாட்டையும் கேட்டிருக்க மாட்டார் போல.

'அடிதாங்கும் உள்ளம் இடி தாங்குமா...

இடிபோல பிள்ளை வந்தால்

மடிதாங்குமா...'

பெட்டி படுக்கையுடன் இடிபோல குடிபெயர்ந்தேன்!

16

புதுக்குடித்தனம்!

எனக்காக ஒரு ரூம் தயார் செய்திருந்தார் டைரக்டர். புத்தம் புதுசாக ஒரு படுக்கை. ரூம் சாவியைக் கையில் தந்து ''ந்தா... இது உன்னோட ரூம். உனக்கு பிரைவஸி வேணும்ல... அதான்'' என்றார்.

அன்றிரவு... அத்தனை பேரும் கலைந்த பிறகு அலுவலகத்தில் நான் மட்டும் தனியே. அதுவரை நான் அப்படி இருந்ததில்லை. திருவிழாக் கூட்டத்துக்கு நடுவே பிறந்த பிள்ளை நான். வாழ்வின் வழியெல்லாம் நண்பர் கூட்டம். முதன்முறையாக தனித்திருக்கிறேன். வெகுநேரம் விழித்திருந்தேன்.

''பாலா.. பாலா..''

குரல் கேட்டு கண்விழித்தால்... வாசலில் டைரக்டர். கையில் இரண்டு தேநீர் கோப்பைகள். கடிகாரம் பார்த்தால் ஐந்து மணி. என் உலகத்தில் அது நள்ளிரவு. குட்நைட் சொல்லவேண்டிய நேரத்தில் வந்து மனிதர் ''குட்மார்னிங்'' என்றார்.

''வேலை இருக்கோ இல்லியோ, எந்திரிச்சுப் பழகு. உலகத்துல ஜெயிச்சவன் அத்தனை பேரும் அதிகாலையில எந்திரிச்சவன் தாண்டா'' என்றார். ''காலையிலதான் மனசும் புத்தியும் சுத்தமா

இருக்கும். கதவு திறந்து பாத்தா ஒலகம், பொறந்த புள்ளை மாதிரி பளிச்னு இருக்கும். நீ எதுவும் செய்ய வேணாம்... முதல்ல எந்திரிச்சுப் பழகு'' என்றார்.

பல் துலக்கியபிறகே காபி குடிக்கணுமாம். குளித்த பின்னால்தான் டிபன் சாப்பிடலாமாம். அதிகாலை அஞ்சு மணிக்கே எழுந்து 'இந்து' பேப்பர் படிக்கணுமாம். ''இருநூறு மொழிகள் பேசற நாடுரா இது. ஆனா இங்கிலீஷ் தெரிஞ்சா... அதை வெச்சுத் தப்பிச்சுக்கலாம். கத்துக்கலேனு வெச்சுக்க... இன்னிக்கில்லாட்டியும் அஞ்சு வருஷங்கழிச்சு வசமா மாட்டிக்குவே...'' என்றவர், ''நீ இங்க பேப்பர் வாசிக்கிற சத்தம் பக்கத்து வீட்ல இருக்குற எனக்குக் கேக்கணும்'' - கட்டளை போட்டுவிட் டுப் போனார்.

என்னை நான் இடி என்று எண்ணி வந்தால் டைரக்டரோ வார்த்தைக்கு வார்த்தை பேரிடியாக அடி பின்னியெடுத்தார்.

ஒன்பது மணிக்கு... அவர் வீட்டில் நான் இருக்க வேண்டும். அது... டிபன் டைம்! அகிலாம்மாவுக்கு சிரிக்கத் தெரியும். அழத் தெரியாது. சமைக்கத் தெரியும். பரிமாற வராது. அத்தனையும் எடுத்து வைத்துவிட்டு கதவருகே நிற்பார். நாம் சாப்பிடும்போது எதை அதிகமாக எடுக்கிறோம் என்பதைப் பார்ப்பார். மறுநாள் மெனுவில் அந்தக் கூட்டோ, குழம்போ நிச்சயம் இருக்கும். பிறகு அடிக்கடி அதையே சமைக்க ஆரம்பித்துவிடுவார்... அப்படி ஒரு அன்னபூரணி!

சில்க்கியும்... பீட்டரும்... சுப்பிரமணியும் எனக்கு 'ஜானி'யை நினைவூட்ட ஆரம்பித்தார்கள். கிட்டத்தட்ட டைரக்டரும் அகிலாம்மாவும் என்னையே ஒரு 'ஜானி' போலத்தானே வளர்த்தார்கள்.

ஒரு இரவு நான் ஆழ்ந்த தூக்கத்திலிருந்தபோது திடீரென பவர்கட்!

குட்நைட் வேலை செய்யாமல் கொசு மொய்க்க ஆரம்பித்து விட்டது. தூக்கம் தொலைந்துபோய் நான் தவித்துக் கொண்டிருக்க, வெளியிலிருந்து டைரக்டரின் குரல்.

'ஏற்கெனவே கொசுத்தொல்லை தாங்க முடியலே... இந்த நேரத்துல இவர் வேறயா' என்று நொந்தபடியே கதவு திறந்தேன். கையில் மெழுகாய் எரிந்து கொண்டிருக்கும் ஒரு சிம்னி விளக்கு. அதன் மேல் ஒரு பிளேடு வைத்து... குட்நைட் மேட் வைத்திருந்தவர், அதை என் அறையில் வைத்து விட்டு 'இப்ப நிம்மதியா தூங்கு' என்று சிரித்தார்.

'இனி வாதை உன் கூடாரத்தை அணுகாது' என்று ஏசுபிரான் ரட்சித்துவிட்டுப் போவது போலப் போனார் என் பிரான்!

ஒளிப்பதிவாளராக டைரக்டர் அறிமுகமான படம் அது! முதல் படத்திலேயே ஒளிப்பதிவுக்காக தேசிய விருது. அப்போது அதைக் கொண்டாட ஒரு பார்ட்டி நடந்ததாம். பிரபலங்கள் பலர் கூடிக் குடித்த இரவு. அந்தப் படத்தை இயக்கிய டைரக்டர் போதையேற ஏற மரியாதையைக் குறைத்துக்கொண்டே வந்தாராம்... மற்றவர்கள் மரியாதையையும் தன் மரியாதையையும் சேர்த்தே!

வந்திருந்தவர்கள் இவரது ஒளிப்பதிவு பற்றியே புகழ்ந்து தள்ள... ''என்னய்யா... பெரிய பாலுமகேந்திரா. காசு விட்டெறிஞ்சா பத்து பாலுமகேந்திரா வருவான்யா'' என்று சொல்லிவிட்டார். இவர் காயப்பட்டுப் போனார்.

மறுநாள் காலை அந்த டைரக்டரிடம், ''ஏன் சார் அப்படி ஒரு வார்த்தை சொன்னீங்க?'' என்று கேட்டிருக்கிறார். ''இல்ல பாலு.. அது நான் பேசலை... உள்ளே போன ஆல்கஹால் பேசினதுப்பா... பெரிசுபடுத்தாத'' என்று சமாளிக்கப் பார்த்திருக்கிறார் அவர்.

''உள்ளே போனது ஆல்கஹாலா இருக்கட்டும். ஆனா பேசினது

இதே நாக்குதானே சார். நீங்க சொன்ன மாதிரி காசு விட்டெறிஞ்சா ஆயிரம் பேரு வரலாம் சார். ஆனா, கோடி கோடியா கொட்டினாக்கூட நீங்க இனிமே இந்த பாலுமகேந்திராவை விலைக்கு வாங்க முடியாது. நான் வர்றேன்" என்று எழுந்து வந்துவிட்டாராம். எத்தனையோ பேர் எத்தனையோ முறை பேசிப் பார்த்தும் அதன்பிறகு அவருடன் பணியாற்றச் சம்மதிக்கவேயில்லையாம்.

ஒரு கிரியேட்டர் எப்பவும் எந்தச் சூழ்நிலையிலும் அவனோட கம்பீரத்தை மட்டும் தொலைச்சிரக் கூடாதுரா. அது போயிட்டா அதோட கிரியேட்டிவிட்டியும் போயிரும்'' என்பார். என் சிற்றறிவில் நான் சேர்த்து வைத்துக்கொண்ட உபதேசங்களில் ஒன்று இது!

ஒகனேக்கல்லில் 'வண்ண வண்ணப் பூக்கள்' படத்துக்காக அவுட்டோர் ஷூட்டிங்... போய் இறங்கினால்... அத்தனை இடமும் குரங்குகள் கூட்டம்.

தங்கியிருந்த ஓட்டலின் ஜன்னலைத் திறந்தால் போச்சு... அறைக்குள்ளே குரூப் டான்ஸ் ஆட குதித்து வரும் குரங்குகள். தின்பண்டங்களைக் காலி பண்ணும். துணிமணியை அள்ளி ஓடும். விரட்டினால் உறுமி மிரட்டும். தனியே சிக்கினால் தப்பிப்பது அவரவர் செய்த புண்ணியம். ஆனாலும் அவற்றுடன் விளையாடுவது தனி த்ரில்.

ரொட்டித் துண்டுகளை எறிவோம். அள்ளித் தின்ன அவற்றுக்குள் கலவரமே நடக்கும். ஒரு நாள் அப்படி ரொட்டி வீசும்போது... எங்களிடையே இருந்த குறும்பன் ஒரு வெடியை திரி கிள்ளிக் கொளுத்தி குரங்குக் கூட்டத்துக்குள் எறிந்துவிட்டான். படாரென பட்டாசு வெடிக்க, அத்தனை கூட்டமும் அலறியபடி அரை மைலுக்கு அந்தப்பக்கம் ஓடிவிட்டது. புகையடங்கிய பிறகு பார்த்தால்... ஒரேயொரு குட்டிக்குரங்கு... மொத்தமே முக்கால் கிலோதான்

இருக்கும். அது மட்டும் சிக்கிக்கிடந்தது. வலது கை பிய்ந்து தொங்க... அரற்றியபடி வலியில் துடிதுடித்துக்கொண்டிருந்தது பரிதாப ஜீவன்.

ஓடிப்போன குரங்குகள் பயத்தில் பக்கத்தில்கூட வரவில்லை. என்ன செய்வதெனவும் தெரியவில்லை. விஷயம் கேள்விப்பட்ட டைரக்டர் ஒரு காரில் அதை மருத்துவமனைக்குக் கொண்டு போய் சிகிச்சை தர ஏற்பாடு செய்தார். ஒரு மணி நேரத்துக்குப்பிறகு கையில் கட்டுடன் வந்து இறங்கியது குட்டி!

எங்கள் யூனிட்டில் ஒருவராக... எல்லோருக்கும் நண்பனாகிவிட்டது அந்த குரங்குக் குட்டி. அத்தனை பேரும் சாப்பிட உட்கார்ந்தால் முதல் கேள்வி 'குட்டி சாப்பிட்டுருச்சா?' என்பதாகத்தான் இருக்கும். எங்களுடனே தங்கிவிட்டது. காய்ச்சலில் கிடக்கும் சின்னப்பிள்ளை யார் கை நீட்டினாலும் வந்து தோளில் சாய்ந்து சோர்ந்து தூங்குமே... அப்படி எல்லோர் தோளிலும் திரிந்தது.

தினம் தினம் பக்கத்திலிருக்கிற பெண்ணாகரத்துக்கு காரில் கிளம்பி குட்டியைக் கொண்டு போய் டாக்டரிடம் காட்டி, மருந்து போட்டுத் தூக்கி வருவார்கள். ஷூட்டிங் கிளம்பினால் அதையும் ஒரு கூடையில் துக்கிப்போட்டுக்கொண்டு கூடவே ஏற்றிச் செல்வோம். இரவு பகலாக எங்களுடனே கிடந்தது.

படத்தில் டைரக்ஷன் சைடில் நான் ஒருவன் மட்டுமே உதவியாளன்.

அதிகாலையில் 'சார்... டீ' என்று புரொடக்ஷன் பாய் தட்டி எழுப்பினால்... நள்ளிரவு மறுநாள் வேலைகளைத் திட்டமிட்டு டைரக்டர் போன பிறகுதான் தூங்கப்போக முடியும். போய் அப்போதுதான் படுத்திருப்பேன். கை காலெல்லாம் கெஞ்சும். கண்கள் எரியும். உறக்கத்துக்குப் போய் நாலைந்து மூச்சு இழுப்பதற்குள் வந்து நிற்பான்... 'சார்... டீ...!'

கிளாப் அடிப்பது, வசனம் வாசிப்பது, ஃபீல்டு க்ளியர் பண்ணுவது, கன்டினியூட்டி குறிப்பது, ஷாட்டுக்கு ரெடி பண்ணுவது என்று இடுப்பொடிக்கிற வேலை.

ஒரு நாள் குழி வெட்ட வேண்டியிருந்தது. அவசரத்துக்கு ஆட்களைக் காணோம். கடப்பாரை எடுத்து நங்... நங்கென்று நான் பூமி பிளந்தபோது பொடேரென முதுகில் விழுந்தது ஒரு அறை. திரும்பினால் டைரக்டர்.

"எத்தனை வேலைதாண்டா செய்வே... மடையா... ஹெல்ப்புக்கு யாரையாவது சேத்துக்க... போ" என்று சுள்ளென விழுந்தார்.

பரபரப்பாக நடந்துகொண்டிருந்த ஷூட்டிங் முடியும் நேரம்... மகாராஜாவுக்குப் பார்க்கிற வைத்தியம் பார்த்தும்... குட்டியைக் காப்பாற்ற முடியவில்லை. ஒரு நாள் எழுந்து பார்த்தால்... ஓரமாகச் செத்துக்கிடந்தது குட்டி. அன்று யாருக்குமே சோறு இறங்கவில்லை!

மளாரென ஏதோ மனசுக்குள் முறிந்தது போலிருந்தது. அங்கேயே அடக்கம் செய்தோம். கடைசி நாள் ஷூட்டிங்... டைரக்டரின் 'பேக்கப்' குரலுக்காகக் காத்திருக்கும் அத்தனை கூட்டமும் குரல் கேட்டதும் கரவொலி கிளப்பும். விசில் பறக்கும். ஊரை, உறவைப் பிரிந்து வந்திருக்கும் அத்தனை பேர் முகத்திலும் வீடு திரும்புகிற குஷி வெளிச்சமாகத் தெரியும்.

ஆனால்... அன்று... டைரக்டர் 'பேக்கப்' என்றார். அத்தனை பேரும் அமைதியாக நின்றார்கள். அவரவர் பொருட்களைச் சேகரித்தார்கள். மௌனமாகத் திரும்பி நடக்க ஆரம்பித்தார்கள். மனதுக்குப் பிடித்தவரை மண்ணுக்குள் தள்ளிவிட்டு மயானபூமியிலிருந்து திரும்புவது போலிருந்தது பொழுது!

மறுநாள் ரீ-ரிக்கார்டிங்! எடிட்டிங் முடித்து அப்போதுதான் டைரக்டர் கிளம்பிப் போயிருந்தார். தயாரிப்பாளர் கலைப்புலி

தாணுவிடமிருந்து போன். ''தம்பி... வேலை முடிஞ்சுதா?'' என்றார். ''நடக்குது சார்... நாளைக்கு ரெடியாகிரும்...'' என்றேன்.

''அடடா...'' என்று பதறினார் தாணு. ''நாளைக்கு திங்கட்கிழமை காலைல ஏழரை டூ ஒன்பது ராகு காலம்... அதுக்கு முன்னால ராஜா சார் ரீ-ரிக்கார்டிங் ஆரம்பிக்கணும்பா... மொத ரீல் மட்டும் எப்படியாவது ரெடி பண்ணிரு...'' என்றார்.

அப்போதே மணி இரவு ஒன்றரை. வேலை செய்ய யாருமே இல்லை. தாணு சாரின் பதற்றமும், 'ராஜா' என்கிற பரவசமும் என்னைத் தொற்றிக்கொள்ள, பரபரப்பாகி டெலிபோனை எடுத்தேன். அர்த்தராத்திரியில் அங்கங்கே நாலைந்து பேரை எழுப்பி மறுபடியும் வேலை ஆரம்பித்து... அதிகாலை ஏழு மணிக்கே முதல் ரீலை ரிக்கார்டிங் தியேட்டரில் கொண்டுபோய்ச் சேர்த்துவிட்டேன். அது காலையில் வந்து இசையமைக்கப் போகிற கடவுளுக்குப் படைக்க, ஒரு எளிய பக்தன் ஏற்பாடு செய்த பிரசாதம்!

மன்னராட்சி முடிந்து மக்களாட்சி மலர்ந்த பிறகும் இந்தியாவில் இன்னும் ஒரு ராஜா இருக்கிறாரென்றால்... அது என் இளையராஜா மட்டும்தான்!

என் அந்திமக்காலத்தில் அசைபோட ஆசை ஆசையாய் நான் சேர்த்து வைக்கிற ஒரே சொத்து என்ன தெரியுமா?

இளையராஜா என்ற மனிதருடன் நான் இருந்த... இருக்கிற... இருக்கப்போகிற காலத்தின் நினைவுகள்தான்.

எனக்கு கடவுள் நம்பிக்கை கிடையாது. இருந்தாலும் சொல்கிறேன். இளையராஜாதான் நான் என் மனசுக்குள் கோயில் கட்டி தினம் தினம் கும்பிடுகிற கருப்பசாமி.

17

இளையராஜா நடந்து வந்தால் ஏதோ தெய்வம் ஒன்று தெருவில் இறங்கி வருவது போலிருக்கும். ரிக்கார்டிங் தியேட்டருக்கும் கம்போஸிங் அறைக்கும் அவர் கடந்து போகிற வழியில் தரிசனம் பார்க்க சினிமா பெருந்தலைகள் பலர் காத்து நிற்பார்கள்.

ஒரு மணிச்சத்தம் கேட்கும். அத்தனை கூட்டமும் அமைதியாகிவிடும். கதவு திறக்க ஆர்மோனியப்பெட்டியை யாரோ ஒருவர் பயபக்தியுடன் இருகைகளிலும் ஏந்திச் செல்வார். மறுநிமிடம்... மூலவர் தரிசனம்! ராஜா நடந்து வருவார். கடக்கும்போது யார் மீது அவர் பார்வை பதிகிறதோ அவர் அதிர்ஷ்டசாலி.

'ராஜா' என்று அவரை உரிமையோடு அழைப்பார் என் டைரக்டர். அவரோ மரியாதையாக, 'பாலு சார்' என்றுதான் எப்போதும் சொல்வார். அதில் எனக்குத் தனிப் பெருமிதம். எத்தனையோ பெரிய மனிதர்களுடன் பழகிவிட்டேன். ஆரம்பத்தில் அவர்கள் மீதிருக்கிற பிரமிப்பு நெருங்கிப் பழகியதும் கரைந்துவிடும். ஆனால், ராஜா சாரை இப்போது பார்த்தாலும் அவர் பாதம் தொட்டு விட்டுத்தான் பேசவே ஆரம்பிப்பேன். அவர் ஒரு அவதாரம்!

விரல்களால் இசை வாசிக்கிறவர்களுக்கு மத்தியில் விழிகளாலும் இசை பேசுகிற கலைஞன். இளையராஜாவின் பாடல்கள் கேட்காமல்

ஒரு நாளும் நான் உறங்கியதில்லை. இரவுகளில் தினம் தினம் என்னைத் தாலாட்டுகிற தாயின் குரல் அது!

எடிட்டிங், டப்பிங் எல்லாவற்றுக்கும் அந்தப் பிரபல தியேட்டரைத்தான் பயன்படுத்துவார் டைரக்டர். பல வருடப் பழக்கம். ஒரு நாள் அவரும் நானும் தியேட்டரில் போய் இறங்கியபோது எங்களுடைய பெரிய எடிட்டிங் அறையை இரண்டாகப் பிரித்து, அதில் ஒரு சின்ன அறையை எங்களுக்கு ஒதுக்கியிருந்தார்கள். இன்னொரு பெரிய பாகத்தை அப்போது புதிதாகப் பிரபலமாகியிருந்த ஒரு டைரக்டருக்கு ரெஸ்ட் ரூமாக மாற்றிவிட்டார்களாம். டைரக்டரின் முகம் வாடிப் போனதை நான் கவனித்து விட்டேன்.

கடுமையாகப் பேசத் தெரியாதவர் டைரக்டர். நானோ தடாலடிப் பேர்வழி.

இத்தனை பெரிய சீனியருக்கு அவமானம் நேரலாமா? அரை மனதாக வேலைபார்த்துவிட்டு வீட்டுக்குக் கிளம்பினார் டைரக்டர். அவ்வளவுதான்... அங்கேயிருந்த அத்தனை பேரையும் கிழித்துத் தோரணம் கட்டிவிட்டேன். என் வாயில் இருந்து வந்த வார்த்தைகளுக்கு அளவே இல்லை. "இனிமே எங்க டைரக்டர் இந்த வாசல் மிதிக்க மாட்டாருடா..." என்று கூச்சல் போட்டபடி வெளியே வந்தேன். 'வேகா' என்ற புதிய தியேட்டரை அணுகினேன். "ஒரு பெரிய ரூம் வேணும். பக்கத்திலேயே டைரக்டருக்கு ரெஸ்ட் ரூம். இன்னும் பத்தாயிரம் ரூபா எக்ஸ்ட்ரா வேணும்னாலும் தர்றேன்" என்று ஓனரிடம் போய்ப் பேசினேன். பாலுமகேந்திரா வருகிறார் என்றதும் தடபுடலாய் தயார் பண்ணினார்கள். ஏ.ஸி. பொருத்தப்பட்ட ஓய்வறையும் ரெடி. மறுநாள் அந்தப் புதிய எடிட் சூட்டுக்கு டைரக்டரை கம்பீரமாக அழைத்துச் சென்ற பிறகுதான் என் குமுறல் கொஞ்சம் குறைந்தது!

அவருடைய அனுமதி இல்லாமலே நான் வெறிகொண்டு செய்த இந்த மாற்றத்தை வெகுவாக ரசித்திருக்கிறார். நான் இல்லாத சமயத்தில் என்னைப் பற்றி அவர் சொன்ன வார்த்தை... 'அரொகண்ட் பாய்!'

ஆம்... நான் அப்படித்தான்! அவரை எதிர்த்துப் பேசவோ... உதாசீனப்படுத்தவோ எனக்கு மட்டும்தான் உரிமை இருக்கிறது!

'இள நெஞ்சே வா' பாடல் காட்சியில்... 'மரவட்டை'ப் பூச்சிக்கு ஒரு க்ளோசப் ஷாட் போட்டிருந்தார் டைரக்டர். பிரிண்ட் தயாரான பிறகு பார்த்தால் பாடலில் அந்த ஒரு ஷாட் மட்டும் இல்லை. கோபமாகிவிட்ட டைரக்டர் விசாரிக்க, ''பாலாதான் வேணாம்னு எடுக்கச் சொன்னார் சார்'' என்று தப்பிக்க, என்னைப் போட்டுக் கொடுத்து விட்டார்கள். டைரக்டர் கூப்பிட்டுக் கேட்டார். ''இல்ல சார்... நான் அப்படி எதுவும் சொல்லலை'' என்றேன். ''நீதான் எடுக்கச் சொன்னதா சொல்றாங்களே...'' என்றார். கடுப்பாகி விட்டேன். ''சார்... நான் இல்லைனு சொல்றேன்... திரும்பத் திரும்பக் கேக்கறீங்களே'' என்று எதிர்த்துப் பேசினேன்.

''பிரச்னைனு வந்தப்புறம் நான் நீதிபதி மாதிரி. ரெண்டு தரப்பிலேயும்தான் விசாரிப்பேன்...'' என்றார்.

''என்னை விசாரிக்கக்கூடாது. நான் சொன்னா நம்பணும். அப்படி நம்பிக்கையில்லேனா எனக்கு இந்த வேலையே வேணாம்''- கோபித்துக்கொண்டு வெளியேறி விட்டேன். அன்றிரவு வீடு திரும்பவில்லை. மறுநாள் ஆட்களைவிட்டு என்னைப் பிடித்து இழுத்து வரச்செய்து, ''இப்ப என்ன சொல்லிட்டேன்னு மூஞ்சியைத் தூக்கி வெச்சிட்டு அலையறே'' என்று சமாதானம் செய்தார். அப்படியும் முறைப்பாக ''இல்ல சார்... நம்பணும் சார். நம்பிக்கைதான் சார் வாழ்க்கை'' என்று எனக்குத் தெரிந்த தத்துவத்தை எடுத்துவிட்டேன். அவருக்குச் சிரிப்பு வந்துவிட்டது. ''சரிடா... நம்பறேன்'' என்றார்.

'வண்ண வண்ணப் பூக்கள்' படம் முடிந்தபோது தயாரிப்பாளர் தாணு சார் என்னை அழைத்தார்.

''பாலா... படம் பூரா நீ வேலை பார்த்ததைப் பார்த்தேன். நாலு ஆளு வேலையை நீ ஒருத்தனே பண்ணியிருக்க. அதனால நாலு ஆளு சம்பளம் உனக்குத் தர்றேம்ப்பா. இது நீ வேலை பார்த்ததுக்குக் கூலி இல்லே. உன் உழைப்புக்கு இந்த அண்ணன் பண்ற மரியாதை'' என்று ஒரு கவரில் பணம் தந்தார். மொத்தமாக எண்பத்தைந்தாயிரம் ரூபாய்.

அந்தப் படத்தில் டைரக்டர், ஹீரோவுக்கு அடுத்தபடியான பெரிய தொகை. நெகிழ்ந்து போனேன். நான் சம்பாதித்த பணம்!

எதற்குமே லாயக்கில்லை என்று எல்லோராலும் முத்திரை குத்தித் துரத்தப்பட்ட ஒருவனுக்குக் கிடைத்த முதல் மரியாதை!

டைரக்டர் அவர் பங்குக்கு ஒரு மகத்தான காரியம் செய்தார். அதுவரை இருபது படங்களுக்குமேல் பண்ணியிருந்தாலும் உதவியாளர்கள் யாருக்கும் அவர் கோ-டைரக்டர் என்ற அந்தஸ்து தந்ததேயில்லை. படத்தின் டைட்டிலில் 'இணை இயக்குநர் -பாலா' என்று ஆங்கிலத்தில் என் பெயரைப் போட்டார். ஸ்க்ரீனில் அதைப் பார்த்தபோது புல்லரித்துப் போனேன்.

'மறுபடியும்' படம் ஆரம்பித்தது!

கிட்டத்தட்ட அத்தனை பொறுப்புகளையும் என்னிடம் ஒப்படைத்தார் டைரக்டர். ஷூட்டிங்... புரொடக்ஷன் என எல்லா ஏரியாவிலும் எனக்குச் சுதந்திரம் தந்து, கவனிக்க ஆரம்பித்தார்.

அப்போது 'தேவர்மகன்' படத்திலும் நடித்துக் கொண்டிருந்தார் ரேவதி. ஒரு நாள் ஷூட்டிங்கில் என்னிடம் ஒரு மணி நேரம் பர்மிஷன் கேட்டார்... 'தேவர் மகன்' வேலைக்காக. ''இல்லம்மா... முடியாது'' என்று பளிச்சென மறுத்து விட்டேன். பிறகொருநாள் அவருடன் காரில்

போகும்போது 'இஞ்சி இடுப்பழகி' பாடலைப் போட்டார் டிரைவர். இடையிடையே வசனங்களும் வரும் அந்தப் பாட்டில். கேட்டால்... ஜானகியின் குரல்!

''அடடா... என்னம்மா இது உங்க வாய்ஸ்ல வந்திருந்தா நல்லாயிருந்திருக்குமே'' என்றேன். முறைத்தார் ரேவதி. ''அந்த ரிக்கார்டிங்குக்குதான் அன்னிக்கு உன்கிட்டே பர்மிஷன் கேட்டேன். முடியாதுனு சொன்னியே'' என்றார்.

வேலை மும்முரத்தில் இது போன்ற தவறுகளும் தர்மசங்கடங்களும் அவ்வப்போது நேரும். 'ஆறுவது சினம்' மட்டும் நான் பழகவே இல்லை. எதற்கெடுத்தாலும் மூஞ்சி காட்டிவிடுவேன். அதனாலேயே எத்தனையோ இழப்புகளைச் சந்தித்திருக்கிறேன். ரௌத்ரம் பழகச் சொன்ன பாரதியைத் தெரிந்த அளவுக்கு அவ்வைப்பாட்டியை அறியவில்லை நான்!

அந்த நாள் வந்தது!

தனியாக படம் பண்ணுவதுஎன்று தீர்மானித்துவிட்டேன். சென்னைக்கு வரும்போதே,'அஞ்சு வருஷத்துல உருண்டு பொரண்டாவது எந்திரிச்சு நின்னுரணும். அஞ்சேவருஷம் தான்... நாம டைரக்டராகிடணும்' என்று எனக் குள் ஒரு உறுதியெடுத்திருந்தேன். ஆனால், ஏழு வருடங்கள் ஓடிவிட்டன.

டைரக்டரிடம் இதை எப்படிச் சொல்வது என்று ஏராளமான ஒத்திகைகள் பார்த்தும் தயக்கமிருந்தது. ஒரு நாள் சொல்லிவிட்டேன். ''சார்... படம் பண்ணலாம்னு இருக்கேன்.'' திரும்பிப் பார்த்தவர் புன்னகைத்தார். ''வெரிகுட்'' என்றார்.

என் உழைப்பு அவருக்குத் தெரியும். ஆனாலும் நான் அவசரப் படுகிறேனோ என்று நினைத்தார். ''பண்ணுடா... பொறுமையா... நிதானமா யோசிச்சு முடிவெடுத்துட்டு அப்புறம் பண்ணு'' என்றார்.

''இல்ல சார்... நான் ஆரம்பிச்சிரலாம்னு இருக்கேன்'' என்றேன்.

''ஒரே ஒரு படம் இங்க இருடா. இப்போ டாக்டருக்குப் படிக்கிறீங்க. நாலு வருஷம் படிச்சபிறகு ஒரு வருஷம் ஹவுஸ் சர்ஜனா இருக்கிறது இல்லையா. அப்படி ஒரு படம் என்னோட இரு... இன்னும் கொஞ்சம் கத்துக்க. அப்புறம் கிளம்பிப் போ'' என்றார்.

''இல்ல சார்... நான் கௌம்பறேன் சார்'' என்றேன் தீவிரமான குரலில். அவர் பதிலேதும் பேசவில்லை!

'மறுபடியும்' வெற்றி விழா!

மேடையில் பாரதிராஜா, பாலசந்தர், கமல்ஹாசன் என மதிப்புக்குரிய மனிதர்கள்.

அந்த விழாவில் டைரக்டர் பேசினார்... ''என் அசிஸ்டெண்ட் பாலா தனியா ஒரு படம் பண்ணப் போறான். அவன் என் நண்பன். என் மகன். என்னோட மாரல் சப்போர்ட்டரே அவன்தான். நான் பண்ற படங்கள்ல அவனுக்கு உடன்பாடு கிடையாது. அவன் ரசனை வேற. அவன் வெற்றிபெற நான் வாழ்த்துகிறேன்'' என்றார்.

இந்தப் பக்கம் பாரதிராஜா எழுந்தார். ''யார் அவன்? பாலுவோட படங்கள்லயே உடன்பாடு கிடையாதுனு ஒரு அசிஸ்டெண்ட் சொல்றானா? நானே அவர்ட்ட ஒரு படம் வேலை பாக்கணும்னு ஆசைப்படறேன். யாரவன் பாலா? அவன் முகத்தைப் பாக்கணுமே'' என்றார்.

கேட்டுக் கொண்டிருந்த கமல் சிரித்தார்.

என் படத்துக்கு இளையராஜா இசையமைக்கவேண்டுமென்ற வெறியுடன் இருந்தேன். டைரக்டரை அழைத்துப் போய் கேட்கலாம் என்று நினைத்தேன். நான் சொன்னதும் ''நாளைக்கே போலாம்டா'' என்றார் டைரக்டர்.

அதிகாலை...

இன்னும் இருள் பிரியாத குளிர் காலை!

டைரக்டருடன் காரில் தி.நகர் புறப்பட்டோம். முருகேசன் தெருவில் கார் நுழைந்தபோதே நான் நானாக இல்லை.

ராஜாவின் வீடு...

ஒரு கோயில் போல இருக்கும். அத்தனை சுத்தம். விதவிதமான பூக்கள் திசையெல்லாம் சிரிக்கும். அத்தனை ரம்மியம். ஏதோ ஒரு அதிர்வு நெஞ்செல்லாம் அப்பும். அத்தனை சிலிர்க்கும்.

'வணக்கம் பாலு சார்' - கைகூப்பியபடி குழந்தைச் சிரிப்புடன் வந்தார் ராஜா. கல்லி ஜிப்பா, கதர் வேட்டி.

''குட்மார்னிங் ராஜா...'' என்று சிரித்த டைரக்டர் தன் தொப்பியைச் சரிசெய்து கொண்டு சொன்னார்... ''இவன்தான் பாலா.! என் அசிஸ்டெண்ட்... தனியா படம் பண்ணப் போறான். நீங்கதான் மியூஸிக் பண்ணணும்னு கேட்கிறான். அதான் வந்தேன்...'' என்றார்.

ராஜாவின் கண்கள் என் பக்கம் திரும்பின. சுடரொளி மிதக்கும் விழிகள். ''தெரியுமே'' என்று சிரித்தார். ''நான் பண்றேம்பா'' - என்றார். ''அப்புறமா என்னை வந்து ரிக்கார்டிங் தியேட்டர்ல பாரு'' என்றார்.

அவர் பாதம் பணிந்து வணங்கினேன். என் தலை தொட்டார் ராஜா!

தன் இசையால் கோடி கோடி இதயங்களைத் தொட்ட அந்த கர்மயோகியின் சுண்டுவிரலை நான் பற்றிக் கொண்டுவிட்டேன்.

இந்தப் பாய்மரத்துக்கு கிடைத்து விட்டது பயணக்காற்று! ஆரம்பமானது என் முதல் படம்... 'அகிலன்'!

கனவுகள் சுமந்து நின்ற என்னை கதறவைக்கக் காத்திருந்தது காலம்!

18

படம் பண்ணப் போறோம்.!

சரி... அதுக்குக் கதை வேணுமே. எனக்குள் ஒரு கதை ஓடியது. மனசெல்லாம் மயில் இறக்கைகள் குத்திக்கொண்டு உலகத்தையே தன் உள்ளங்கைக்குள் உருட்டிக் கொண்டிருந்த ஒரு மனிதனின் வாழ்வில் ஒரு மயில் வந்தாள்.

காதல் என்பதென்ன? உடலின் மொழியா... மனதின் வலியா?

பரவசம் தருவதும் அதுதான். பரிதவிக்க விடுவதும் அதுவே!

'கன்னியர் தம் கடைக்கண் காட்டிவிட்டால்

மண்ணில் குமரர்க்கு மாமலையும் ஓர் கடுகாம்'

ஆனால், பிரச்னையே அதுதானே. அந்த ஓரவிழிப் பார்வைக்குத் தங்களின் வாழ்க்கையையே பணயம் வைத்துத் தோற்றுப்போன ஏராளமான கதைகள் இங்கே உண்டே!

புதுசா ஏதாவது சொல்லணும். கலவரப்படுத்திக் கவனத்தை ஈர்க்க வேண்டும் என்ற யோசனையிலேயே திரிந்த காலம். அறிவுமதியின் அன்பளிப்பான அவரது கவிதைத் தொகுப்பு ஒன்றைத் திறந்தபோது, 'திரை வரலாற்றில் ஆழச்சுவடு பதிக்கவிருக்கும் அன்புத்தம்பி

பாலாவுக்கு' எனக் கையெழுத்திட்டிருந்தார். 'இவர் ஒருத்தர்... நான் கதையே இல்லாம அலையறேன். எங்கிட்டு ஆழச்சுவடு பதிக்கறது?' - அலுப்புடன் புரட்டிக்கொண்டே போனபோது அது கண்ணில் பட்டது.

'அணு அணுவாய் சாவதற்கு

முடிவெடுத்தபின்

காதல் சரியான வழிதான்.'

சிக்கியது கரு. கதைக் களன்?

ஊர் சுற்றுவது அதுவும் ஊர் ஊராகச் சுற்றுவது எனக்குப் பிரியமான காரியங்களில் ஒன்று. அப்படி ஒரு நாள் ஏர்வாடி போயிருந்தேன். அது கோடி நாகங்கள் கூடிக் கொத்தியது போல என்னை அதிரவைத்த, எனக்குள் அலற வைத்த திருத்தலம்!

கடலோரக் கிராமம்... அலைகள் கைதட்டுகிற கடற்கரைகள் நிறையப் பார்த்த எனக்கு, அது அழுது ஒப்பாரி வைப்பதை அங்கு நான் பார்த்தேன். பிரசித்தி பெற்ற முஸ்லிம் தர்கா. சாதி, மதப் பாகுபாடே இல்லாமல் அத்தனை பேரும் வந்து தொழுகிற இடம். அங்கேதான் அவர்களைப் பார்த்தேன். யுத்தங்கள் பார்த்ததில்லை. அதனால் அதன் வலி தெரியாது. ஆயிரமாயிரம் மனிதர்கள்... மல்லுக்கட்டி மடிந்து போகிற அந்த ரணகள வரலாறுகளைவிட, பேரதிர்ச்சி நான் கண்ட காட்சி!

அரை நிர்வாணமாக, துருப்பிடித்த சங்கிலிகள் காலை இறுக்க, நாள்பட்டுச் சீழ்பிடித்த காயங்களும், சிக்கேறிய தலைகளும், ஒளியிழந்த கண்களும், புறக்கணிக்கப்பட்ட இருதயங்களுமாக... ஆயிரமாயிரம் மனிதர்கள் அழுகிய பிணங்கள் போலக் கிடந்தார்கள். 'தடாரவர்ரா தடாரவர்ரா' - தொடர்ந்து கூச்சலிட்டபடியே தலையை மேலும் கீழுமாக வெடுக் வெடுக்கென வெட்டிக் கொண்டிருக்கும் ஒரு

ஜீவன், ‘பாவா பீடி குடு பாவா’ என போகிற வருகிறவரிடமெல்லாம் கெஞ்சிக் கூத்தாடும் ஒரு இளைஞன், உக்கிரமான கண்களுடன் ஒற்றைக்கால் தூக்கித் தவமிருந்த பெரியவர், ‘அண்ணே... எனக்குச் சரியாயிருச்சுண்ணே... அவுத்துவிடச் சொல்லுண்ணே’ என்று கதறும் சிறுவன், ‘எட்டடுக்கு மாளிகையில் ஏற்றிவைத்த என் கணவன் விட்டுவிட்டுச் சென்றானடி...’ என்று உச்சஸ்தாயியில் பாடிக்கொண்டே, கடந்து போகிற ஆண்கள் மீது காறித் துப்பிய இளம்பெண்... என்று பயத்தையும் பரிதாபத்தையும் ஒருசேர நெஞ்சுக்குள் இறக்கிய காட்சிகள். நான் நிலைகுலைந்து போனேன்.

‘‘பூராம் புத்தி பேதலிச்சதுங்க தம்பி... பேய் பிடிச்சது, பில்லி சூனியம் வெச்சது, போதையைப் போட்டு மெண்டலானதுனு எல்லாத்தையும் கொண்டாந்து இங்க விட்டுப் போயிருவாங்க. இந்த மண்ணுக்கு அப்படி ஒரு மகிமை. இங்கியே 48 நாளு கெடந்து தர்காவுல மந்திரிச்சு விட்டா கொணமாயிரும். கொணமானா வீட்டுக்கு... கொணமாகலேனா மண்ணுக்கு. நாங்களே ஊரு உறவுக்குச் சொல்லிப்புட்டு அடக்கம் பண்ணிருவோம். ஆனா பாதிப்பயக வரமாட்டாய்ங்க’’ என்றார் ஒரு பெரியவர்.

‘‘இதுல நெறய கொடுமை நடக்கும் சார்... சொத்துக்கு ஆசைப்பட்டு, அப்பாவிகளைக் கூட கிறுக்குனு கொண்டுவந்து போட்ருவாங்க. அவனும் நாலு நாளு கத்திப் பாப்பான். அழுது ஆர்ப்பாட்டம் பண்ணுவான். அப்புறம் இதுகளுக்கு நடுவுலயே கெடந்தா தன்னாலயே கிறுக்குப் பிடிச்சிரும்ல...’’ என்றார் ஒரு பத்தி வியாபாரி.

என்னை அழைத்துப்போன நண்பன் சொன்னான்... ‘‘இங்க நெறய போதை பார்ட்டிங்களும் இருக்குடா. டோப்பு, ஊசி, மாத்திரைனு கண்டதையும் அடிச்சு தலைகால் புரியாமத் திரியறவனுகளை ஆஸ்பத்திரிக்குக் கொண்டுபோயிக் காப்பாத்த முடியாம இங்கே வந்து

போட்ருவாங்க. அப்புறமென்ன... கொஞ்ச வருஷத்துல அதுவே அனாதைப் பொணமாகிரும்'' என்றவன், ''பழசெல்லாம் ஞாபகமிருக்கா பாலா... இவங்களுக்கும் நமக்கும் பெரிய வித்தியாசமில்ல. நீயெல்லாம் ஜஸ்ட் எஸ்கேப்!'' என்று என் காதில் மெதுவாகச் சொன்னான்.

நான் அப்படியே உட்கார்ந்து விட்டேன்!

உலகம் தொலைத்த விழிகளில் தெரிந்தது சூன்யம். எதிரில் யார் வந்தாலும்... எது நிகழ்ந்தாலும்... துளி சலனமும் இல்லாமல் இமைக்க மறந்த கண்கள்.

குருஷேத்திரம் முடிந்த போர்க்களம் போல புண்ணாகிப் புரையோடிப்போன மனசு சுமந்த மனிதர்கள். அன்பு என்ற ஒன்று இந்தப் பிரபஞ்சத்தில் இல்லாமல் போயிருந்தால் எப்படியிருக்கும் என்பதை கண் முன்னே பார்க்கிற வாய்ப்பாக அது இருந்தது.

மாலைவேளைகளில் அத்தனை நோயாளிகளையும் ஒட்டுமொத்தமாக கடலோரம் இறக்கிக் குளிப்பாட்டுவார்கள். முரண்டு பிடிப்பவர்களை முரட்டுத்தனமாகத் தாக்குவார்கள். பிறகு தர்காவில் மந்திரிப்பார்கள். மயிலிறகால் தலை தடவும்போது அந்த நோயாளிகளின் முகத்தில் இனம்புரியாத சிலிர்ப்பு ஒன்று ஓடும். அதுதான்... அதேதான்... அந்த மயிலிறகுதான் எனக்குக் கதையானது!

ஏர்வாடியில் மனநோயாளியாகக் கிடக்கிற ஒருவனுடைய கடந்த காலம் ஒரு காதலில் இருந்திருந்தால்...?

பேதையின் கோரப்பிடியில் சிக்கி அல்பாயுசில் இறந்துபோன நண்பனின் வாழ்க்கையில் நடந்த சில சம்பவங்களையும் சேர்த்து ஒரு பட்டுக்கம்பளம் நெய்யத் துவங்கினேன்.

நண்பர்கள் சிலரே என்னை வைத்துப் படம் பண்ண முன்வந்தார்கள்.

ராஜாவிடம் கதை சொல்ல வேண்டும். தினம் தினம் அவரது ரிக்கார்டிங் தியேட்டருக்குச் செல்வேன். ஒரு நாள் என்னைக் கடந்த ராஜா நின்றார்.

''நாளைக்குக் காலைல சொல்றியா?'' என்றார்.

மறுநாள் காலை... கருவறைக்குள் நுழைந்தேன். தாய் மூகாம்பிகை, ரமண மகரிஷி, யோகி ராம்சுரத்குமார், அண்ணாமலை, மாயம்மா என்று ஒரு பக்கம் இறையருள் படங்கள். எதிரே... இளையராஜா!

“வா...” என்று எதிரில் அமர இடம் காட்டினார். பவ்யமாய் அமர்ந்தேன்.

''அரைமணி நேரத்துல சொல்லிருவியா?'' என்றார்.

“இல்லே... மூணு மணி நேரம் வேணும் சார்” என்றதும் சிரித்து விட்டார்.

''ஏன்... எனக்குப் படமே ஓட்டிக் காட்டப் போறியா?'' என்றவரிடம்,

''ஸீன் பை ஸீன் சொல்லணும் சார்...'' என்று ஆரம்பித்தேன் கதையை. மொத்தக் கதையையும் நான் சொல்லி முடிக்க... மௌனமாக இருந்த ராஜா நிமிர்ந்தார்.

அந்த விழிகளில் ஒளிக்கீற்று. இதழோரம் சிறு புன்னகை. தெய்வம் என்னை ஏற்றுக்கொண்டு விட்டது.

''புரொடியூஸர் யாரு?'' என்றார். சொன்னேன்.

''புது ஆளுங்களா... படம் முடிச்சுத் தருவாங்களா... தெரியுமா?''

''தெரியாது சார்... ஆனா நம்பிக்கையிருக்கு சார்...''

''சரி, போ... போய் பூஜைக்கு ரெடி பண்ணு...'' என்றார். எனக்குச் சிறகு முளைத்தது!

நடிகர்கள் தேடியபோது எனக்கு உறுதியான விருப்பம் ஒன்று இருந்தது. அது ஹீரோவின் அண்ணனாக சிவகுமார் சார் நடிக்க வேண்டுமென்பது!

போயிருந்தேன். உடலும் மனமும் ஒழுக்கமாக... வாழ்க்கையை ஒரு தவம் போல வாழ்கிற... நான் சந்தித்த நல்ல மனுஷன். கதையை நான் விவரிக்கும்போதே கரகரவென அவரது கண்களில் நீர் வழிந்தது. ''உனக்கு நான் என்ன செய்யணும், சொல்லு...!'' என்றார்.

''ரெண்டுவாரம்கால்ஷீட்வேணும்சார்...''என்றதும்உடனேசம்மதித்தார்.

நான் கேட்டது இரண்டு வாரங்கள்தான். ஆனால், சந்தித்த நிமிடத்திலிருந்து இதோ இப்போதுவரை என்னை அள்ளி அணைத்துக்கொண்டு வழிநடத்தி, என்கால்கள் தடம் மாறிப் போகும்போதெல்லாம் நிறுத்தி, நேர்வழி காட்டுகிற நல்லாசிரியன். என் வெற்றியைத் தன் வெற்றியாகப் பூரித்துக் கொண்டாடும் பரமாத்மாவாக எனக்கு யாதுமாகி நிற்கிறார்.

'ஓம்... பரமாத்மநே நம!'

மறுநாள் 'அகிலன்' பட பூஜை...

அத்தனை பேருக்கும் அழைப்பிதழ்கள் வைத்தாயிற்று. ராஜா வரப்போகிறார். ஆசீர்வாதம் பண்ண டைரக்டரும் அகிலாம்மாவும் வருகிறார்கள். காலையில் பூஜை... அப்படியே பாடல் ரிக்கார்டிங்... மதியம் ஷூட்டிங் துவங்குவதாகத் திட்டம். பரபரப்பாக வேலைகள் நடந்து கொண்டிருந்த நள்ளிரவில்தான் அந்தச் செய்தி...

''இந்தப் படம் டிராப்!''
எப்படியிருக்கும் எனக்கு?

அவர்களே யோசனையும் சொன்னார்கள். ''காலைல பூஜைனு ஊருக்கெல்லாம் சொல்லியாச்சு. அதனால அதுபாட்டுக்கு நடக்கட்டும். மத்ததெல்லாம் பாத்துக்கலாம்.''

இந்த 'டிராப்' செய்தியை என்னைத் தவிர, அப்போது அறிந்த ஒரே ஆத்மா... இளையராஜா!

‘ஏ.வி.எம். பிள்ளையார் கோயில்...

பூஜைக்குக் காத்திருந்தார்கள், ஒருபோதும் எடுக்கப்படாத ஒரு படத்துக்காக... இனி எப்போதும் நனவாகாத ஒரு கனவுக்கு... பூஜை!

ராஜா வந்தார்... அத்தனை கூட்டத்துக்கு மத்தியிலும் என் கண்களைத் தன் கண்களால் பார்த்தார். அது சொன்ன ஆறுதல்... இதுவரை எந்த இலக்கியமும் பதிவு பண்ணாத காவியம்!

டைரக்டர் வந்தார்... தன் மகனின் திருமணத்தை முன்னின்று நடத்தப்போகிற அப்பனின் பெருமிதத்துடன். தன் பை திறந்து அதையெடுத்தார் - வியூஃபைண்டர்! ‘‘பாலா... இது எனக்கு என் குருநாதர் கொடுத்ததுடா... அந்த ஆசீர்வாதம்தான் என்னை வழி நடத்தினதுடா... இதை நான் உனக்குத் தர விரும்பறேன்’’ என்று தந்தபோது நெகிழ்ந்து விட்டேன்.

உண்மையை டைரக்டரிடம் சொல்லக்கூடாது. தாங்கமாட்டார். யாரிடமாவது சொல்ல வேண்டுமே. ஓரமாக நின்றிருந்த சிவகுமார் சாரிடம் மனசு தாளாமல், ‘‘சார்... இந்தப் படம் டிராப் சார்’’ என்றபோது எனக்கு உதடு துடித்துவிட்டது.

பதறிப்போய் என்னை இழுத்துக் கட்டிக்கொண்டு, ‘‘ச்சே... இதுக்கேண்டா கலங்கறே...? விடு... விடு... இதெல்லாம் இல்லேன்னா அப்புறம் என்ன சினிமா? நல்லதைத் தள்ளிப்போட முடியும். ஆனா, தடுக்க முடியாது. ம்... நான் சொல்றேன்ல’’ என்று யாருக்கும் தெரியாமல் என்னைத் தேற்றினார்.

குத்துவிளக்கு ஏற்றப்பட்டது. வந்திருந்தவர்கள் வாழ்த்தினார்கள். ‘பட்டையக் கௌப்பு பாலா’ என்று கரம் குலுக்கினார்கள். ‘சில்வர் ஜூப்ளி ஃபங்ஷன்லசந்திப்போம்’ கட்டிப்பிடித்தார் இன்னொருவர். அங்கே என்னைவிடப் பாவம், ரொம்பக் கருத்தாகக் கண்கள்மூடி

மந்திரம் சொல்லிக் கொண்டிருந்த ஐயர்தான்!

இனிநான் என்ன செய்வேன்?

மணமேடைவரை ஏறி, முகூர்த்த நேரத்தில் ஒரு திருமணம் நின்றுபோனால்... அந்த மணமகளின் மனசு எப்படியிருக்கும்?

என் கண்முன்னே அத்தனை கனவுகளும் கண்ணாடிச் சில்லுகளாய்ச் சிதறிய விநாடியில் நான் நொறுங்கவில்லை... மாறாக, எனக்குள் வன்மம் வளர்ந்தது. 'நான்ஜெயிப்பேன்... நான் ஜெயிப்பேன்...'

அந்த நேரத்தில் என்னைக் கருணை கொண்டு காத்த இதயங்கள் நிறைய. எனக்குச் சோறு போட்டுப் பத்திரமாய் பார்த்துக்கொண்ட அர்ச்சனாம்மா, என் மீது அக்கறையெடுத்து எனக்காக பல தயாரிப்பாளர்களைத் தன் வீட்டுக்கே வரவழைத்து கதை சொல்லவைத்த ராஜா, சளைக்காமல் ஆறுதல் சொல்லிக் கொண்டேயிருந்த சிவகுமார் சார்... இவர்களுக்கெல்லாம் என் நன்றியை எப்படிச் சொல்ல?

ஆனாலும் இருக்க முடியவில்லை. சென்னையில் இனி இருக்க வேண்டாம். யாரிடமும் சொல்லாமல் புறப்பட்டுப்போன நான் இறங்கியது கன்னியாகுமரி கடற்கரையில். யாருக்கும் தெரியாது... நான் எங்கென்று?

கடல் பார்த்து நின்றேன். ஆயிரம் ரகசியங்கள் சுமக்கும் கடல். எனக்குள்ளும் அலைச்சத்தம். கடலில் கால் நனைத்தேன். காலடியில் மணல் உருவி என்னை இழுத்தது கடல்.

என் கண்ணெதிரே விவேகானந்தர் தவமிருந்த பெரும்பாறை... கிடைக்குமா எனக்கொரு தாய்மடி போல!

பாலா

19

அது சங்கமம்!

மூன்று கடல்கள் முத்தமிடுகிற இடம்.

என்னெதிரே விவேகானந்தன் தவமிருந்த பாறை. அப்படியே நின்றிருந்தேன். கண்ணில் உற்பத்தியாகி, கன்னமெல்லாம் உருண்டோடி, உதட்டோரம் உப்புக் கரித்தது... ஒரு துளி சமுத்திரம்!

இந்து மகாசமுத்திரம், வங்காள விரிகுடா, அரபிக்கடல்... மூன்று கடல்களும் கூடி நீர்க்கும்மி கொட்டுகிற திரிவேணி சங்கமத்தில் இறங்கினேன். 'எல்லாம் வல்ல இயற்கையே... நான் உன் பிள்ளை. ஆறாத ரணமாக அழுகை சுமந்து, தீராத வேதனையுடன் நிற்கிறேன். நான் ஜெயிக்கப் பிறந்தவன்... ஜெயிப்பேன்... ஜெயிப்பேன்!' - அழுத்தமாகச் சொல்லியபடி மூழ்கி மூழ்கி எழுந்தேன்.

'காலயோகீ மஹாநாத ஷர்வகாம சதுஷ்பத!'

ஆட்டம் போட்ட சூரியன் அடங்கி அடங்கி அஸ்தமனமான பிறகும் அங்கேயே கிடந்தேன். நட்சத்திரங்கள்... கடலின் சங்கீதம்... காற்றின் தாலாட்டு. உறங்கிப்போனவன், உலகத்துக்கு முன்னே விழித்துவிட்டேன்.

சூரிய உதயம் பார்த்தேன். அத்தனை இருளையும் கழுவித் தள்ளிய வெளிச்ச வெள்ளம் எனக்குள்ளும் பாய்ந்தது. மறுபடியும் நீராடினேன்.

குமரித்தாய் குடிகொண்டிருக்கும் கோயிலுக்குள் நுழைந்தேன். ஒற்றை மூக்குத்தி ஒளியால் ஒரு கப்பலையே தன்பக்கம் திருப்பிய தேவதையாம். தண்ணென்று குளிர்ச்சி நிரம்பிய கோயில் தரையில் கொஞ்ச நேரம் உட்கார்ந்திருந்தேன். ஆனால், மனசு எதையும் வேண்டவில்லை.

மறுபடியும் கடற்கரை... படகில் ஏறினேன். விவேகானந்தனுக்கு ஞானம் தந்த பாறையாமே... 'இதோ, இன்னொரு மகன் வருகிறேன்' என வேண்டினேன். உன் மடியில் இடம் தா!

கடலுக்கு நடுவே பெரும்பாறை. அங்கே ஒரு தியான மண்டபம். இருளும் குளிரும் அமைதியும் உறவாடுகிற மண்டபம். உள்ளே போய் அமர்ந்தேன். முதல் நாள், மறுநாள், மூன்றாம் நாளென... தொடர்ந்து இருபத்தெட்டு நாட்கள்! முதலில் கடல் சத்தம் மட்டுமே காதில் கேட்டது. பிறகு, எனக்குள்ளும் கடலோசை. அப்படியே எல்லாம் அடங்கி, சலனமற்ற நீர்ப்பரப்பாய், சத்தங்கள் ஏதுமற்ற நிசப்தமாய்... என்னை நானே மறந்த சுகானுபவம்!

மனசு சமனப்பட்டுவிட... வேதனைகள் போன இடம் தெரியவில்லை. எனக்குள்ளிருந்த குழந்தையை நான் கண்டுபிடித்து விட்டேன் கன்னியாகுமரியில்.

மீண்டும் சென்னை... இப்போது போராடத் தெம்பிருந்தது. ஆனால், உலகம் அதை உரசிப்பார்த்துக் கொண்டேயிருந்தது. முதல் படம் நின்றுபோனதால் சென்டிமெண்ட் என்ற பேரால் அடுத்த இரண்டு வருடங்கள் ராசியில்லாதவன் என்று கோரமாக நிராகரிக்கப்பட்டேன்.

அவ்வப்போது ஆறுதல் தேடி மதுரை செல்வேன். பழைய நண்பர்களைப் பார்ப்பதுதான் எனக்கிருந்த ஒரே வடிகால். அப்படிப்

போகும்போதெல்லாம் என் அப்பா, ''டேய்... நம்ம கந்தன் ஒன்னைப் பாக்கணும்னு சொல்லிக்கிட்டேயிருக்கான். ஒரு எட்டுப் பாத்துட்டு வந்துரு'' என்று அடிக்கடி நச்சரித்ததால் அட்ரஸ் வாங்கிப் போய்ப் பார்த்தேன்.

''எனக்கு சினிமாதெரியாது தம்பி...''- ஒரே வார்த்தைதான் சொன்னார் கந்தன் என்ற கந்தசாமி. ''உங்க அப்பாவுக்கு நான் வேண்டப்பட்டவன் தம்பி. பில்டிங் காண்ட்ராக்டரா இருக்கேன். கொஞ்சம் காசு சேத்து வெச்சிருக்கேன். ஒங்கள வெச்சு ஒரு படம் எடுக்கலாம்னு இருக்கேன்'' என்றார். முழுவதுமாக நம்பமுடியாமல் யோசித்துக் கொண்டிருந்தேன்.

''பெரிய டைரக்டர்கிட்ட வேலை கத்துருக்கீங்க. இதான் உங்களுக்கு முதல் படம்... இது உங்க வாழ்க்கை தம்பி! சிமெண்ட், செங்கலு, கான்க்ரீட், கம்பினு பேசினோம்னா பிரிச்சுப் பின்னிருவேன் தம்பி. ஆனா, சினிமா பத்தி எதுவும் தெரியாது. கஷ்டப்பட்டுச் சம்பாரிச்ச காசைக் கொண்டுவந்து தர்றேன். நல்லபடியா படம் எடுத்துக் குடுத்துருங்க...'' என்றார்.

கதை கூடக் கேட்காத தயாரிப்பாளர். பழகிய சினிமா ஆட்களே நம்பாத என்னை நம்பிப் பணம் கொட்டப் போகிறார். சென்னை புறப்பட்டேன். கனவுகளும் கவலைகளுமாக முன்பொரு சமயம் கிளம்பிய பயணம் நினைவுக்கு வந்தது. இப்போது நெஞ்செல்லாம் நம்பிக்கைச் சூரியன்!

மறுபடியும் எல்லாமே புதுசாகத் தேட வேண்டும்!

இளையராஜா, சிவகுமார் மட்டும் எப்போதும் எனக்காக இருந்தார்கள். சரி, ஹீரோ யார்?

'இதுதான் எனக்கு வாழ்க்கை' என்று என்னைப் போலவே நம்புகிற

ஒரு ஆள் வேண்டும். தேடவேண்டிய அவசியம் இருக்கவில்லை... விக்ரம் இருந்தான். என்னைப்போல் ஒருவன்!

நண்பன். அழகன். மிகப் பண்பான ஆசாமி. திசையெல்லாம் முட்டிமோதிப் பார்த்தும் வெற்றியை மட்டும் ருசிக்காத இளைஞன். 'வருவேன்டா ஒரு நாள்...' என்ற வெறியும் வேகமும் தாகமும் அப்போது விக்ரமிடம் இருந்தது.

ஒருநாள் பேசினேன்... ''இது எந்த ஹீரோவுக்கும் வாழ்க்கையில அபூர்வமாக் கிடைக்கிற வாய்ப்பு விக்ரம். ஒரே படத்துல ஆக்ஷன் ஹீரோவாவும், அதே சமயம் பெரிய பெர்ஃபார்மராவும் அடையாளம் காட்டிக்க இது சரியான ஸ்கோப். இன்னிக்கு இண்டஸ்ட்ரியில கமல் சார் மேல ஒரு மரியாதை இருக்குல்ல... அப்படி ஒரு பேரை ஒரே படத்தில தட்டிரலாம். ஆனா, ஒரு முக்கியமான விஷயம் ஆபீஸுக்குப் போற மாதிரி என் ஷூட்டிங் வந்து போக முடியாது. ஏன்னா இந்தப் படத்துல ஒரு முக்கியமான போர்ஷனுக்காக இருபது கிலோ வரைக்கும் எடை குறைக்க வேண்டியிருக்கும்...'' என்று என் தேவையை நான் விவரிக்க, விக்ரமின் கண்கள் பளபளத்தன.

''நான் பண்றேன் பாலா! உங்களை மாதிரிதான் பாலா நானும்...! நிறையப் படம் பண்ணிட்டேன் பாலா. ஆனா, சொல்லும்படியா எதுவும் இல்ல. என் வேதனையை நான் வெளியே சொன்னது இல்லை. எனக்கு இப்போ வெளிச்சம் தெரியுது பாலா!'' - வார்த்தைக்கு வார்த்தை 'பாலா பாலா' என்று என்னை யாருமே நம்பாதபோது, தன்னைத் தந்தவன் விக்ரம்.!

ஆரம்பமானது 'சேது'!

லொகேஷன் பார்க்க ஒரு முறை 'சுவாமிமலை' போயிருந்தேன்.

மலைமேல் இருக்கிறார் முருகன். சினிமா காமிராவுக்குத் தீனி

போடக்கூடிய லொகேஷன். காரில் போய் இறங்கியபோதுதான் அவர்களைப் பார்த்தேன்.

ஒரு பொண்ணு - மாப்பிள்ளை. பக்கத்தில் அவர்களது தாய் - தகப்பன் என்று ஆறே பேர். பெண்ணுக்குச் சேலை பழசு. ஜாக்கெட் புதுசு. மாப்பிள்ளைக்குச் சட்டை மட்டுமே புதுசு. பழைய வேட்டி. இருவர் கழுத்திலும் கதம்பப்பூ மாலை. உறவு, நட்பு என்று அருகில் யாரும் இல்லை.!

கோயிலின் அடிவாரத்தில் நடுரோட்டில் நின்றார்கள். மலைமீது சந்நிதியில் திருமணம் செய்யக்கூட வசதியில்லை போலும். இங்கேயிருந்தே கோபுரம் பார்த்துக் கும்பிட்டார்கள். அப்பன் தாலியை எடுத்துத் தர, மஞ்சள்கிழங்கு முடித்த சரடை பெண்ணின் கழுத்தில் கட்டினான் மாப்பிள்ளை. மேளதாளம் இல்லை... அட்சதைகள் விழவில்லை. ஒரு மங்கள நிகழ்வு இத்தனை அவலமாக அரங்கேறுமா? அதிர்ந்து போனேன்.

பெண்ணைப் பெற்றவன் கையில் ஒரு கசங்கிய காகிதத்தில் கொஞ்சம் விபூதி வைத்திருந்தான். அந்தப் பக்கம் கடந்த அத்தனை பேரிடமும் ஓடினான்.

"சாமி... எம் மகளுக்குக் கல்யாணம். 'மவராசி, நல்லா இரு'னு ஆசீர்வாதம் பண்ணி கொஞ்சம் துண்ணூறு பூசிவிடுங்க..." என்று எல்லோரிடமும் கெஞ்சினான். ஓரிருவர் பதறி விலகிப்போக, அவன் கெஞ்சல் அதிகமாயிற்று.

வாழ்த்துப்பிச்சை கேட்டு அப்பன் அலைவதைப் பார்த்தாளோ... இல்லை, தன் திருமணத்தைப் பற்றி என்னென்ன கனவுகள் கண்டிருந்தாளோ... அந்தப்பாவி மகள் தன் கைகளில் முகம் புதைத்துக் கதறிக்கதறி அழுது கொண்டேயிருந்தாள். அப்பனின் கண்ணீர் இன்னும் அதிகமாயிற்று.

''எம் பொண்ணுக்குத் துண்ணூறு பூசுங்க சாமி...'' என்று எல்லோரிடமும் ஓடியவன் என்னிடமும் நீட்டினான். விரல்கள் நடுங்க, இருவருக்கும் விபூதி பூசினேன். 'தாயே... உன் வாழ்வு துலங்கட்டும்.!'

'எம் மகளுக்குத் துண்ணூறு பூசுங்க சாமி' என்று நடுங்கக் கெஞ்சிய அந்த அப்பன் குரலும், அழுது தேம்பிய பாவி மகளின் முகமும் இன்னும் என் நினைவில் நிற்கிறது.

அப்பனின் சோகம், ஆறாத சோகம்...!

அதுவும் ஒரு பெண்குழந்தைக்கு அப்பனாகப்பட்டவன் நிலைமை... பிறந்தது முதல் மகளைத் தன் மாரிலும் தோளிலும் அள்ளிச் சுமந்து, நெஞ்சில் கிடத்தித் தாலாட்டி, எங்கே போனாலும் மகளையும் இழுத்துக்கொண்டு திரிந்தவனுக்குத் திடீரென ஒரு கலாச்சார அடி விழும் - 'பொண்ணு பெரிய மனுஷியாகிட்டா' என்று.

ஒரு உலக்கையைக் குறுக்கே வைத்து, 'இனிமே ஆம்பளைப் பயக கூட விளையாடக் கூடாதும்மா' என்பதிலேயே அப்பனையும் சேர்த்துத் தள்ளிவைத்து விடுகிறது சமூகம். அன்பைக்கூட காட்டமுடியாத காட்டுமிராண்டிக் கலாச்சாரம்!

அதன்பிறகு, தன் வாழ்நாளெல்லாம் சொல்லமுடியாத சோகம் சுமந்துதான் அலைகிறார்கள் அத்தனை தகப்பன்களும். எத்தனை பெரிய கொம்பனாக இருந்தாலும் மகளுக்குத் திருமணம் என்றதும் மனசு இளகிக் குழைந்து போகிறது. ஆத்தா முறைத்தாலே முகம் வாடிப்போகிற மகளை, போகிற இடத்தில் எப்படி வைத்திருப்பார்களோ எனக் கலவரப்படுகிற மனசு. அத்தனை காலம் ஆசை ஆசையாய் வளர்த்த மகளை மொத்தமாகப் பிடுங்கி எவனிடமோ ஒப்படைப்பது எத்தனை பெரிய சோகம். பிறந்த வீட்டுக்கே இனி அவள் வரப்போவது விருந்தாளியாகத்தான். அவள்

பெருவாழ்வு வாழ்வதும், சருகாகிப் போவதும் தாய் தகப்பன் கையில் இல்லையே!

அதனால்தான் என் அப்பன் முதல் இதோ, சுவாமிமலையில் நான் பார்த்த அந்த அப்பன்வரை பகிர்ந்து கொள்ள முடியாத பாசத்தை, வெளிப்படுத்த முடியாத வேதனையைத்தான் மகளின் கல்யாண தினத்தன்று, யாரோ ஒருவனிடம் அவளை ஒப்படைக்கும்போது அழுது தீர்க்கிறார்களோ!

'சேது' படத்தில், அந்த சுவாமிமலை அனுபவத்தைத்தான் அபிதகுஜலாம்பாளின் நல்வாழ்வுக்காக காலில் விழுந்து கையேந்தி அப்பன் பிச்சை கேட்கும் காட்சியாக அந்த உறவின் இழையை ஈரமாகப் பின்னியிருப்பேன்.

தாயைத் தெய்வமாக வழிபடுகிற பூமி இது. தகப்பன்சாமிகளின் கதைகளோ, காற்றில் கரைந்த கற்பூரம்!

இதோ 'சேது' ஷூட்டிங் கிளம்பப் போகிறோம். எல்லா ஏற்பாடுகளும் தயார். வந்து விழுந்தது இன்னொரு இடி...

'பெப்ஸி - படைப்பாளிகள்' தகராறு! அதுவரை பொத்திப்பொத்தி பாதுகாத்த கைவிளக்கை, போராட்டப் புயல்காற்று பொசுக்கென்று அணைத்து விட்டது.

அந்த ஒரு வருடம்...

20

இடி விழுந்து கருகிய செடி போலாகி விட்டேன்!

கிட்டத்தட்ட நாங்கள் ஷூட்டிங் கிளம்ப வேண்டிய தருணத்தில்... ஸ்டிரைக்!

என்ன செய்வதென்று புரியவில்லை. நான் தனியாள்; விக்ரமோ, குடும்பஸ்தன்!

தன் பிரச்னையை யாரிடமும் பகிர்ந்து கொள்ளாத விக்ரம் ஒருநாள், "வீட்ல கொஞ்சம் கஷ்டமா இருக்கு பாலா. ராதிகா ஒரு டெலிஃபிலிம் பண்ணக் கூப்பிடறாங்க. போனா, கொஞ்சம் பைசா கிடைக்கும்!" என்று கேட்க, "நம்ம திமிருக்கு நாம கஷ்டப்படலாம். ஃபேமிலி எதுக்குக் கஷ்டத்தில் இருக்கணும்? போயிட்டு வாங்க..." என்று உடனே அனுப்பி வைத்தேன்.

ஆறேழு மாதங்களுக்குப் பிறகு பளிச்சென்று ஒரு நாள் பொழுது விடிந்தே விட்டது. இனி வேலையை ஆரம்பிக்கலாம்.

கும்பகோணம்... கோயில்களின் நகரம். அது கிராமமும் இல்லை; நகரமும் இல்லை. சிறுநகரம். என் கதைக்களத்துக்கு அப்படியொரு திருத்தலம்தான் தளம். படப்பிடிப்பை ஆரம்பித்தோம்.

முதலில், படத்தின் ஜாலியான முன்பாதி. கல்லூரிக்காலக் குறும்புகள், அடிதடிகள், பாடல்கள் என ஒரு வழக்கமான படமாகவே வளர்ந்து கொண்டிருந்தது.

ராஜாவின் 'How to name it' காஸெட்டை ஒரு நாள் ஒலிக்க விட்டேன். அபிதகுஜலாம்பாளைக் கடத்திக்கொண்டு வந்து, ஒரு பழைய பங்களாவில் வைத்து 'மனசு... வலிக்குது... புரிஞ்சுக்க' என்று சீயான் தன் வேதனையைச் சொல்லும் காட்சி. மூன்று நாட்களுக்கும் மேலாக அதை மட்டுமே படம்பிடித்துக் கொண்டிருந்தேன். மிக மிக சென்ஸிடிவ்வான ஸீன் அது! சரியாகச் சொல்வதானால், அங்கேதான் படமே ஆரம்பமாகிறது.

''அடுத்து முக்கியமான கட்டத்துக்கு நாம ரெடியாகணும் விக்ரம்...'' என்றேன். ''இந்த நிமிஷம் நான் ரெடி பாலா!'' பளிச்செனப் பதில் வந்தது.

ஒரு மாத ஓய்வு. ஒரு நாள் விக்ரமைச் சந்திக்க, அவரது வீட்டுக்குப் போயிருந்தேன். பட்டினி கிடந்ததில் பாதி ஆளாகியிருந்த விக்ரமை நேரில் பார்த்தபோது, எனக்கே அதிர்ச்சியாக இருந்தது. அவரது மனைவிக்கும் குழந்தைகளுக்கும் எப்படியிருக்கும்?

அதுவும் விக்ரம் மிக மோசமான சாலைவிபத்தில் சிக்கி, ஒன்றரை வருடம் படுத்த படுக்கையில் கிடந்து மீண்ட மனிதன். 'இனிமேல் எழுந்து நடமாட முடியுமா?' என்பதே கேள்விக்குறியாக இருந்த அளவு அடிபட்ட ஆள். அப்போது அவரருகே ஆறுதலாக இருந்த சிநேகிதிதான் ஷைலா. விக்ரமை விரும்பி விரும்பிக் காதலித்து, கல்யாணம் பண்ணிக் கொண்டவர். அப்படிப்பட்ட பெண், தன் கண் முன்னே கணவன் மறுபடியும் தன்னை வருத்திக்கொண்டு இப்படிக் கிடந்தால் எப்படித் தாங்குவார்?

ஆனால், ஷைலா - அபாரமான தைரியசாலி. விக்ரமுக்கு இதயம், மூளை இரண்டுமே அவர்தான். மாறுவேடப் போட்டிக்குத் தன்

குழந்தையைத் தயார்ப்படுத்துவது போல, விக்ரமுக்கு வரமாகவும் உரமாகவும் இருந்தார்!

"ரொம்ப கஷ்டமாயிருக்கா விக்ரம்?" என்று ஒரு முறை கேட்டேன்.

"இல்லே பாலா!" என்று பலவீனம் மறைத்துச் சிரித்த விக்ரம், "நான் ஆக்ஸிடெண்ட்ல அடிபட்டுக் கிடந்தப்போ, எங்க சொந்தக்காரர் ஒருத்தர்... அவரும் சினிமாக்காரர்தான், 'இனிமே எங்கே சினிமாவுல நடிக்கப் போறே? அதுசரி... உனக்குனு ஏதாவது நொண்டி காரெக்டர் கிடைக்கும்ல'னு சொன்னார். எவ்ளோ வக்கிரமான வார்த்தைங்க. நாம ஜெயிக்கணும் பாலா. பழிவாங்கறதுனா... அடிக்கறது, உதைக்கறது, அவமானப்படுத்தறது மட்டுமில்லையே... அவங்க கண்ணு முன்னால ஜெயிக்கணும். அப்போ நான் தனியா இருந்தேன். இப்போ, கூட நீங்க இருக்கீங்க! 'சேது' இருக்கான்... நாம ஜெயிப்போம் பாலா... பிராமிஸ் பாலா!" என்ற விக்ரமின் வார்த்தைகளை வாழ்க்கை முழுக்க நினைவில் வைத்திருப்பேன்.

ஆட்டம் ஆரம்பமானது.!

ஏர்வாடி தர்காவில், நான் பார்த்த பயங்கரத்தை மறுபடியும் நிஜம் போல் நிகழ்த்த வேண்டும். அந்த ஏரியா முழுக்கப் பிச்சைக்காரர்கள், மனநிலை பாதிக்கப்பட்டவர்கள் என யார் கண்ணில் பட்டாலும் அழைத்துச் சேர்த்தோம். அத்தனை பேருக்கும் மொட்டை அடித்தோம். உடைகள் அணிவித்தோம். பாழடைந்த கோயில் பிரகாரங்கள் தேடித்தேடிப் படம் பிடித்தோம்.

ஷூட்டிங் ஸ்பாட் எங்கிருந்தாலும் விக்ரமுக்கு மட்டும் வண்டி கிடையாது! ஏழெட்டு கிலோ மீட்டர் தூரமாக இருந்தாலும் நடந்தேதான் வருவார். நாளுக்கு நாள் இளைத்துக் கறுத்துப் பலவீனமாகிக் கொண்டே இருந்தது உடம்பு. ஒரு கட்டத்தில் நினைவிழக்க ஆரம்பித்தார். கூப்பிட்டால்கூடக் காதில் விழாது. பட்டினிச் சோர்வில்

காதடைத்துப் போய்க் கிடப்பார். தொட்டு உலுக்கினால்தான் பாதிக் கண்கள் திறக்கும்.

ஒரு நாள் அத்தனை கூட்டமும் 'லஞ்ச் பிரேக்'கில் சாப்பிடப் போய்விட, குப்பைக்கு நடுவே சுருண்டு கிடந்த விக்ரமைப் பார்த்தபோது, எனக்குப் பொங்கிவிட்டது. இப்படி ஒரு வெறியா? தவமா? அர்ப்பணிப்பா?

'உன்னைப் போயா ராசி இல்லாதவன்னு ஒதுக்கிச்சு இந்த சினிமா. உன்னைக் கொண்டு வர்றேன் பாரு... சென்டிமெண்ட் சனியனை எல்லாம் அடிச்சு நொறுக்கறேன் பாரு...' - குமுறிக் குமுறி எனக்குள் வன்மம் தாண்டவமாட ஆரம்பித்தது.

நண்பனே... இந்த நூற்றாண்டு நினைவில் கொள்ளப்போகிற ஒரு மகா கலைஞனாக நிச்சயம் நீயிருப்பாய்... இதே ஆர்வமும் அர்ப்பணிப்பும் உன்னிடமிருக்கும்வரை!

எடிட்டிங் முடிந்து 'டபுள் பாஸிடிவ்' தயார்!

''என்னடா... படம் பார்க்கலாமா?'' - குட்லக் தியேட்டருக்குக் கிளம்பி வந்தார் இளையராஜா. படையலை வைத்துவிட்டுப் பதற்றத்துடன் வாசலில் காத்திருந்தேன். இரண்டரை மணி நேரம் 'சேது'வைப் பார்த்துவிட்டு வெளியே வந்த ராஜாவின் கண்கள் என்னைத் தேடின.

''இதாண்டா படம்! கூப்பிடுறா... எல்லா டைரக்டர்ஸையும்! கூப்பிட்டுப் போட்டுக் காட்டுடா...'' என்றார் உற்சாகமாக.

அதற்கடுத்த மூன்று வாரங்களில் இளையராஜா இசை கோத்துக் கொடுத்துவிட்டார்! 'எங்கே செல்லும் இந்தப் பாதை' பாடல் தொடங்கியதுமே குபுக்கென எனக்கே தொண்டை அடைத்தது.

'யாரோ யாரோ அறிவார்...' ராஜாவின் குரல் நெஞ்சை அடைத்தது.

மிகச் சரியாக அந்த ஃப்ரேமிலிருந்து படத்துக்குத் திகைப்பூட்டும்படியாக தன் இசையால் ஜீவன் தந்திருந்தார் ராஜா. அவரது அன்பு, அக்கறை, ஆசீர்வாதம் இல்லையெனில், 'சேது' உயிர் பெற்றிருக்க மாட்டான்.

சென்ஸார் போர்டில் படம் பார்த்தவர்கள் பாராட்டித் தள்ளினார்கள்.

''இது உங்க ஃபர்ஸ்ட் ஃபிலிமா? கிரேட் நேரேஷன்!'' என்றார்கள். எல்லாம் சரி... ஆனால், படத்தை வாங்க யாருமே முன்வரவில்லை!

தியேட்டருக்கு வராமலே நூறு நாட்கள் ஓடிய படம் 'சேது'வாகத்தான் இருக்கும். வியாபார விசாரணைகளுக்காக விநியோகஸ்தர்களுக்கு ப்ரீவியூ தியேட்டரில் படம் போட்டுக் காட்டுவோம். சினிமா நண்பர்களுக்காகவும் திரையிடுவோம்.

''பிரமாதம்ப்பா... உலுக்கிருச்சுயா... என்னா படம்யா... ரொம்ப டிஸ்டர்ப் பண்ணுதும்மா...'' – ஆளாளுக்குப் பாராட்டுவார்கள், கட்டிப் பிடிப்பார்கள், வாழ்த்துவார்கள். ஆனால், நாங்களெல்லாம் நகர்ந்த பிறகு தயாரிப்பாளரிடம் தனியே போய், ''டைரக்டரு, ஹீரோவெல்லாம் பெரிசா பேர் வாங்கிருவானுக... ஆனா, நீ மாட்டிக்கிட்ட... இந்த க்ளைமாக்ஸ் எடுபடாது!'' என்று கந்தசாமியைத் திகிலூட்டிவிட்டுப் போவார்கள்.

ஓரிரவு... வீட்டில் நான் தூங்கிக் கொண்டிருந்தேன். காலிங்பெல் சத்தம். 'இந்த நேரத்துல யாரு?' என்ற யோசனையுடன் கதவு திறந்தால்... யாருமே இல்லை. 'கனவாக இருக்குமோ?' என்று கதவைப் பூட்டி உள்ளே வந்தால், மறுபடியும் காலிங்பெல்... அப்போதும் வெளியே யாருமில்லை. கொஞ்ச நேரத்துக்குப் பிறகு சுவரோரமாக யாரோ நிற்பதுபோலத் தெரிய, ''யாரது... இருட்டுல? யாருனு கேக்கறேன்ல.?'' என்று குரல் உயர்த்தினேன். மெள்ள வெளியே வந்தவர்... கந்தசாமி!

கலக்கமான கண்கள், பதற்றமான முகம்... விரல்கள் நடுங்க

நின்றிருந்தார் என் தயாரிப்பாளர். "என்ன பிரச்னை? ஏன் இருட்டுல நிக்கறீங்க?" - படபடவென நான் கேட்க, பதிலே இல்லை. உள்ளே அழைத்துப்போய் அவரை அமரவைத்துத் தண்ணீர் தந்துவிட்டு, "சொல்லுங்க... என்ன இந்த நேரத்துல?" என்றதும், கண்ணீர் முட்டி நிற்க கந்தசாமி சொன்னார்.

"படம் நல்லாயிருக்கு... டைரக்டரும் விக்ரமும் ஜெயிச்சுருவாங்க. ஆனா, நீ மாட்டிக்குவேன்னு எல்லாரும் சொல்றாங்க. எல்லாக் காசையும் போட்டுட்டேன். எனக்குப் பயமாயிருக்கு. படபடப்பா இருக்கு.." என்றார். நான் உடைந்து போனேன். என்னை நம்பி முதலீடு செய்த முதலாளியைக் குழப்பி விட்டார்கள்.

"எனக்காக இவ்வளவு பண்ணியிருக்கீங்க. நான் உங்களுக்காக எப்பவும் நிப்பேன்!" என்று அவருக்குச் சமாதானம் சொல்லி அனுப்பிவிட்டு, மறுநாள் பத்து ஸ்டாம்ப் பேப்பர்கள் வாங்கிவரச் சொல்லி, வெற்று பேப்பர்களில் கையெழுத்திட்டேன்.

"இது உங்ககிட்ட இருக்கட்டும். ஒருவேளை நீங்க நஷ்டப்பட்டீங்கன்னா, நான் எதிர்காலத்துல சம்பாதிக்கிறதையெல்லாம் உங்களுக்குத் தர்றதா எழுதிக்கங்க... மொதல்ல எதுக்கும் பயப்படாதீங்க!" என்று நம்பிக்கை சொல்லி அனுப்பினேன்.

உலகத்தின் துன்ப, துயரமெல்லாம் ஒன்றுகூடி வந்து என் ஒருவனை மட்டுமே குறிவைத்துத் தாக்குவது ஏன்? அந்த நிமிடம் அவருக்குத் தைரியம் தந்தேனே தவிர, நிலவரம் கலவரமாகவே இருந்தது!

பெரும் போராட்டமாக இருந்தது ஒவ்வொரு நாளும். ஒருவழியாக விநியோகஸ்தர்களையும் தியேட்டர் உரிமையாளர்களையும் கெஞ்சிக் கூத்தாடிப் படத்தை ரிலீஸ் செய்து விட்டோம். முதல் நாள் சத்தமே இல்லை. ஊர் ஊராக, தியேட்டர் தியேட்டராக ஓடினேன். "ஒரு வாரம் பொறுமையா இருங்க சார்... நிச்சயம் பிக்-அப் ஆயிடும் சார்!"

என்று காலில் விழுந்து பிச்சை எடுக்காத குறை. யாரும் கேட்பதாக இல்லை. இரண்டு, மூன்று நாட்களில் படத்தைத் தூக்கிய தியேட்டர்களெல்லாம் உண்டு.

ஆனால், மறுவாரம் பத்திரிகை, டி.வி. விமரிசனங்கள் 'சேது'வைத் தலையில் தூக்கிவைத்துக் கொண்டாடிவிட்டன. '50 மார்க்' போட்டது விகடன். சன் டி.வி. திரைவிமரிசனத்தில் 'குறிஞ்சி மலர்' எனப் புகழ்ந்து தள்ளியது. அவ்வளவுதான்... தியேட்டர்கள் திருவிழாக் களங்களாயின. ரிசல்ட் தெரிந்துகொள்ள, விக்ரமும் நானும் தியேட்டர் பக்கம் போனால்... ரசிகர்கள் திக்குமுக்காட வைத்து விட்டார்கள். ஆளாளுக்கு என்னைக் கட்டிப்பிடித்துப் பாராட்ட, பரவசத்தில் விக்ரம் ''பாலா, நான் ஒரு தரம் கட்டிக்கிறேனே... ப்ளீஸ்!'' என்று என்னை இறுக்கிக் கொண்டார். மதுரை மினிப்ரியாவுக்குப் போயிருந்தேன். செம கூட்டம்!

கூட்டத்தில் தலை கலைந்து, சட்டை கசங்கி, கசகசவென வியர்வை வழிய, டிக்கெட் வாங்க நின்றிருந்தார் என் அப்பா. ''யே... அவரை உள்ள கூட்டிட்டுப் போலாம்'' எனக் கிளம்பிய குட்டியப்புவைத் தடுத்தேன். ''வேணாம் விடுரா... நிக்கட்டும். எங்கப்பனுக்கு அதான் சந்தோஷம்!'' என்றேன். கூட்டத்தில் என்னைப் பார்த்துவிட்ட அப்பா அங்கிருந்தே கையாட்டிச் சிரித்தார்... ஒரு குழந்தை போல!

''உங்களுக்கும் பாலுமகேந்திராவுக்கும் அப்படி என்னதான் பிரச்னை?'' - மிக அதிகமாக நான் சந்தித்த கேள்வி இதுதான். இதுவரை பதிலே சொல்லாத கேள்வியும் இதுதான்!

பிரச்னை இல்லை... வருத்தங்கள் உண்டு. காலம் துடைத்துத் தூக்கி எறிந்து விடுகிற சின்னச்சின்ன வருத்தங்கள் ஒருவர்மீது ஒருவருக்கென இருவரிடமும் உண்டு.

ஒரேயொரு பெருங்கோபம் அவர்மீது எனக்கு உண்டு!

ஒரு பொண்ணு, புள்ளை பெத்ததும் அதைத் தன்

புருஷன்கிட்டத்தான் முதல்ல காட்டத் துடிப்பா. 'டேய் கிறுக்கா... இந்த அதிசயத்தைப் பாருடா. இது நீயுமில்லே, நானும் இல்லே... இது நாமடா'னு அவனைத் தன் நெஞ்சோட இறுக்கிக் கட்டிக்கிட்டு அழுவணும்னு துடிப்பா. ஆனா, அந்தப் புருஷனைவிட அவளுக்கு முக்கியமான ஒரு ஆளு உண்டுனா, அது அவ அம்மாதான். 'என்னைப் பெத்த ஆத்தா... நானும் ஒரு புள்ளையைப் பெத்துட்டேண்டி'னு அந்தப் பச்சை மண்ணைத் தன் தாயிடம் காட்டத்தான் எந்தப் பொண்ணும் ஆசைப்படுவா.

அதுதானே நிஜம்! என் துக்கமும் அதுதான்.!

ஊர் உலகமெல்லாம் என் படத்தைப் பார்த்துவிட்டது. என்னைத் தோளில் தூக்கிவைத்துக் கொஞ்சிவிட்டது. ஆனால், என் டைரக்டர், என் படத்தைப் பார்க்கவில்லை. என் அடுத்தடுத்த படங்களையும் இதுவரை அவர் பார்க்கவே இல்லையாம்!

அப்படியென்ன கொலைபாதகம் பண்ணிவிட்டேன் நான். இது நீங்கள் தந்த வித்தைதானே... நான் என்ன உச்சம் தொட்டாலும், அது உங்களிடமிருந்து பெற்றதுதானே! ஏகலைவனிடம் கட்டை விரலைக் கேட்டானாம் அவன் குரு. நான் என் கழுத்தையே அறுத்து, உன் காலடியில் போடுவேனே... எனக்கு இப்படி ஒரு துரோகம் செய்ய எப்படி மனசு வந்தது!

குருநாதனே... மரணத்தைப் பற்றி எனக்குள்ளும் ஏதேதோ எண்ணங்கள் ஓடுவதுண்டு. ஒருவேளை, உங்களுக்குப் பிறகும் நான் உயிர் வாழ்வேனெனில்...

நெஞ்சே குருநாதரின்
சேவடி நினைந்து
நன்றே இசை பாடுவேன்
சூழ்நிலை மறந்து!

இவன்தான் பாலா

21

எல்லா இரவும் விடியும்!

தட்டான்பூச்சிகளைத் துரத்திக் கொண்டிருந்த கிராமத்துச் சிறுவன் நான். அமெரிக்கா பறந்து கொண்டிருந்தேன்.

'சேது' படம் பார்த்த நான்கு நண்பர்கள்... அமெரிக்கத் தமிழர்கள். என் இயக்கத்தில் ஒரு படம் தயாரிக்க ஆசைப்பட்டார்கள். அவர்களின் அழைப்பின் பேரிலேயே இந்தப் பயணம்.

ஹூஸ்டன் நகரத்தில் மீனாட்சி அம்மன் கோயிலுக்கு அழைத்துப் போனார்கள். வேடிக்கை பார்க்கத்தான் உள்ளே போனேன். அங்கே இருந்த அர்ச்சகர் ஆரவாரமாக வரவேற்றார். ''வாங்கோ... வாங்கோ... 'சேது' பாத்துட்டேன். அசத்திட்டேள் போங்கோ! அமெரிக்காவில் கெடக்கிற என்ன செத்த நாழி கும்பகோணம் கூட்டிட்டுப் போயிட்டேள். பிரமாதமா வருவேள். க்ஷேமமா இருப்பேள். அம்பாள் துணை இருப்பாள்'' என அம்மனுக்குச் சார்த்திய மாலையை அணிவித்து வாழ்த்தினார். அதுதான் சினிமா!

ஜெயித்தால் யானை மேலேற்றி நகர்வலம் வர வைக்கும். தவறித் தோற்றாலோ, அதே யானையின் காலில் சிதறு தேங்காய்!

என் முகமும் முகவரியும் இப்போது ஊருக்குத் தெரியும். ஒரே மாதத்தில் உலகம் திரும்பி விட்டது. அப்படி என்ன சாதித்தேன்?

ஒரே ஒரு படம் இயக்கியிருக்கிறேன். அவ்வளவுதான்!

யார் நான்?

திருடன், முரடன், அதிகம் படிக்காதவன், நாகரிகம் பழகாதவன், போதையின் பாதையில் போய்த் திரும்பிய போக்கிரி.

என்னை மனிதனாக்கியது எது?

என்னைச் சரியான பாதையில் செலுத்திய சக்தி எது?

ஒன்றே ஒன்றுதான். அதன் பெயர் 'உதாசீனம்'!

வாழ்வின் எல்லாப் பக்கங்களிலும் நிராகரிக்கப்பட்ட பரதேசி நான்.

பிறந்தபோதே இறந்து போயிருக்க வேண்டிய சவலைப்பிள்ளை. ஏழெட்டு வயதிலேயே இன்னொரு வீட்டுக்குத் தத்துக் கொடுக்கப்பட்ட தறுதலை. இனம்புரியாத சோகத்தை மனதெங்கும் சுமந்த சிறுவன். துயரங்கள் தூக்கி வளர்த்த குழந்தை நான்!

நிராகரிக்கப்பட்ட அன்பின் வலியைத் தன் மரணத்தால் எனக்கு உணர்த்தியது, நான் வளர்த்த ஆட்டுக்குட்டி 'ஜானி'. ஆனால், நானே ஒரு ஜானிதானே!

முதல் காதலை... பக்குவமில்லாத அந்த அரைவேக்காடு ஆசையை அலட்சியப்படுத்திப் போனாள் பாவாடைச் சிறுமி ஒருத்தி.

அமெரிக்கன் கல்லூரியில்... அத்தனை பெரிய உலகத்தில் அடையாளம் ஏதுமின்றித் திரிந்த பையன் நான்.

போதையின் பிடியில் கிடந்தபோது, 'இவன்லாம் இன்னும் உயிரோடதான் இருக்கானா?' என்று வியந்து பார்த்தது ஊர். 'இன்னும் ஒரு வருஷமாவது உயிரோட இருப்பானா?' என்று நினைத்தது வீடு.

பொளேரென அறைந்து பொறி கலங்க வைத்தது நாஞ்சில்நாடனின் சிறுகதை. சிலிர்ப்பூட்டி, எனக்குள்ளும் ஒரு சிங்கத்தை வளர்த்தது ஜெயகாந்தனின் தரிசனம். கனவுகள் தந்தது கல்லூரி.

எதுவும் அறியாது ஓடிவந்த எனக்குப் புள்ளி வைத்துக் கோலம் போடக் கற்றுத் தந்தது டைரக்டர். என் வாழ்வின் ஒவ்வொரு முயற்சியிலும் அகிலாம்மாவின் ஆசீர்வாதம்தான் என்னை வழி நடத்துகிறது.

சிறுவன் என் விரலைப் பிடித்து சினிமாவுக்குள் நடை பயிலக் கற்றுத் தந்தவர் இளையராஜா. போதையில் சிக்கிச் சாகக் கிடந்த எனக்கு உயிர்ப்பிச்சை போட்டவர் டாக்டர் சத்யா. எப்போதும் என் நலனுக்காகவே குடைநிழலாய் கூட வந்தவர்கள் அர்ச்சனாம்மா, சிவகுமார். வழியெல்லாம் எனக்கு ஆறுதலாய், ஆதரவாய் இருந்தவர்கள் நண்பர்கள்.

வாழ்வு என்னைச் சுழற்றியடித்தது அதிகம். என்னைவிடக் கேவலமாக யாரும் இருந்திருக்க முடியாது. அடையாளம் தெரியாமலேயே அழிந்து போயிருக்க வேண்டிய என்னைப் போல் ஒருவனே ஜனாதிபதியின் கையில் ‘தேசிய விருது’ பெறும் அளவு முட்டிமோதி முன்னேற முடியுமெனில், உங்களுக்கென்ன... பத்தரை மாற்றுத் தங்கம்!

என்னை வன்மம்தான் வளர்த்தது. வன்மம் மட்டுமே வார்த்தெடுத்தது. இரவும் பகலும் இருபத்துநான்கு மணி நேரமும் வெறி கொண்ட மிருகமாய் வென்றுவிட அலைந்தேன். இந்த உலகம் ஒரு நாள் என்னைத் திரும்பிப் பார்க்கும் என்று நம்பிக்கை கொண்டேன்.

அதற்காக எவ்வளவோ அவமானம் தாங்கினேன். எத்தனையோ வேலைகள் பார்த்தேன். என்னைத் தயார்ப்படுத்திக்கொண்டே இருந்தேன்.

ஒவ்வொரு நிராகரிப்பும் என் நெஞ்சில் வேதனைக்குப் பதிலாக வெறி வளர்த்தது. அவமானம் என்னைக் கிழித்தெறிந்த போதெல்லாம் எனக்குள் இருந்த குழந்தையை உலகம் கொன்று விடாமல் பொத்திப்பொத்திப் பாதுகாத்தேன். மற்றபடி நண்பரே... நம்புங்கள். உங்களுக்கு முன் நான் கால்தூசு!

சினிமாவில் நான் இலக்கணமாக வைத்திருப்பது இருவரை!

'அம்மாவும் நீயே... அப்பாவும் நீயே...' என இரு கரம் கூப்பிப் பாவமாய்ப் பாடிய பாலகனை நினைவிருக்கிறதா!

கமல்ஹாசன்...! சிவாஜிக்குப் பிறகான சினிமாவில் இன்றும் உதாரண புருஷன்... அவர் மட்டுமே!

ஒரு படம் ஓடாவிட்டாலேயே... சோர்ந்து, சுருண்டு விடுகிற நிழல்நாயகர்களுக்கு நடுவே, ஒரு நிஜ நாயகன்! எத்தனை அவமானங்கள், நிராகரிப்புகள், தோல்விகள் தாண்டிய பயணம் அவருடையது. விழும்போதெல்லாம், வெற்றிகொண்டு மீண்டும் மீண்டும் வேட்டையாடக் கிளம்புகிற அவரது பாய்ச்சல் பிரமிப்பூட்டும் பிரளயம். அவருக்கு வாழ்வே சினிமா!

டான்ஸ் மாஸ்டர், நடிகர், பாடகர், கதாசிரியர், வசனகர்த்தா, மேக்கப்மேன், இயக்குநர், தயாரிப்பாளர் என எத்தனையெத்தனை பரிமாணங்கள். கமலின் உழைப்பும், ஆற்றலும், அர்ப்பணிப்பும் எல்லோரும் படிக்கவேண்டிய பாடம்!

இன்னொருவர்... என் இளையராஜா!

கனவுகள்கூட மறுக்கப்பட்ட கிராமத்துப் பிள்ளை. கம்யூனிஸ்ட் கட்சிக் கூட்டங்களில் பாடித் திரிந்த பாமர பாவலரின் சகோதரன். உலகத்தையே தன் ஆர்மோனியப் பெட்டிக்குள் இறுக்கிக் கட்டிப்போட்ட பிறகும் இப்போதும் அதிகாலை நேரத்திலேயே

ஆரம்பப் பள்ளிக்கூட மாணவன் போலப் பயபக்தியுடன் ரிக்கார்டிங் தியேட்டர் கிளம்புகிற பிரம்மன். அந்தத் தேடலின் தீவிரம்தான், எனக்கு உந்துசக்தியே!

மதுரைக்குப் போயிருந்தேன். நண்பர்கள் தேடி வந்து விட்டார்கள்.

"டேய்... மண்டபத்துக்குப் போலாமா?" என்றான் மன்சூர். எங்களின் பழைய தலைமைச்செயலகம். அறிவிக்கப்படாத குற்றவாளிகளாக அலைந்து திரிந்த பள்ளிப்பருவத்தின் ரகசிய முகாம்.

மாரியம்மாளும் மண்டபமும் மாறவே இல்லை. அதே சாமியார்கள்... பிச்சைக்காரர்கள். கும்பலாக எங்களைப் பார்த்ததும், அங்கே சரிந்து கிடந்த ஏழெட்டுப் பையன்கள் சிதறி ஓடினார்கள்... அடுத்த தலைமுறை!

எங்கள் நண்பர்களில் ஒருவன் இறந்து போய்விட்டான். இன்னும் இருவர் பற்றித் தகவலே இல்லை. ஏதேதோ பேச்சு தாண்டி ஓட, "எல்லாரும் இருந்தா எவ்ளோ நல்லாயிருந்திருக்கும்?" என்றான் செந்தில்.

பேச்சு அடங்கி மௌனம் மையம் கொண்ட நேரத்தில், மன்சூர் சொன்னான்... "நான் நம்பினேன்டா பாலா... நீ நிச்சயம் ஜெயிச்சு வருவேனு. இங்கேர்ந்துதானே ஆரம்பிச்சே! இங்கேயே மறுபடி வந்து கொஞ்ச நேரம் உட்காரணும்னு ஆசையா இருந்துச்சுடா!" என்றான்.

"அப்புறமென்ன... 'டோப்பு' போடுவோம்!" என்றேன் நான் விளையாட்டாக.

"ஐயையோ..." - அலறினான் மன்சூர். "நான் புள்ளக்குட்டிக்காரன். அந்தக் கருமத்தையெல்லாம் நானும் விட்டுப் பத்து வருஷமாச்சு...!"

மறுபடியும் அமெரிக்கன் கல்லூரி!

பழைய மாணவன் என்னைப் பாராட்ட அழைத்தார்கள். எக்கச்சக்கக் கூச்சத்தையும் கூடவே கூட்டிப் போயிருந்தேன். தறுதலையாய்த் திரிந்த காம்பஸ். சின்னதொரு சிலிர்ப்புடன் நுழைந்த எனக்கு இன்ப அதிர்ச்சி... விழா நடந்த அரங்கம்!

முன்பொரு சமயம் ஜெயகாந்தனை நான் தரிசித்த அதே இடம். ஜே.கே. அமர்ந்த அதே மேடையில் இன்று நானும்! அங்கே கூடியிருந்த அத்தனை மாணவர்களிடத்திலும் நான் என்னையே பார்த்தேன்.

ஏதேதோ கேட்டார்கள்... என்னென்னவோ பேசினேன். 'இன்னமும் முப்பத்தைந்து பேப்பர்கள் அரியர்ஸ் இருக்கிறது' என்றேன். அத்தனை பேரும் சிரித்தார்கள். என் பேராசிரியர் சுதானந்தாதான் புதிய பிரின்ஸிபால். என்னை மேலும் கீழும் பார்த்தார்.

''நெஜமாவே என்கிட்டே படிச்சியாடா?'' என்றார். ''மறந்திருந்தீங்கன்னா நல்லதுதான் சார். 'எனக்கு அட்ரஸே கிடையாது'னு அப்ப நீங்க சொன்னதுதான், என் வாழ்க்கையை மாத்தின மந்திரம் சார்!'' என்று நினைவுபடுத்தினேன். புருவம் உயர்த்திச் சிரித்தார்.

மாணவர்கள் சூழ்ந்து கொண்டனர். ''சார், நானும் சினிமாவுக்கு வந்துரலாம்னு இருக்கேன். வந்தா, சேர்த்துக்குவீங்களா?'' -தலை கோதியபடியே கேட்டான் ஒருவன். சிரித்தேன். ''வாழ்க்கையில ஜெயிக்க ஆயிரம் வழிகள் இருக்கு. அதுல ஒண்ணு சினிமா. அவ்வளவுதான். சினிமாவுக்குத்தான் வரணும்னு நினைச்சா, என்னை நம்பி வராதே... உன்னை மட்டுமே நம்பி வா! ஏன்னா, நான் யாரையும் நம்பிப் பொழைக்கலை...''

கல்லூரி வளாகமெங்கும் நடந்தேன். உலவிய பாதைகள், பதுங்கிய புதர்கள், ஒதுங்கிய மரங்கள், ஓய்வெடுத்த நிழல்கள், இருக்கைகள் என்று கடந்து கடந்து, நான் பயின்ற தமிழ்த்துறைக் கட்டடமருகே வந்தபோதுதான் அவன் கூப்பிட்டான்.

''பாலா சார்... பாலா சார்...''

குரல் வந்த திசை திரும்பினால், நண்பனின் உதவியுடன் காற்றில் கைகள் அலைய நடந்து வந்தான், பார்வையற்ற மாணவன் ஒருவன்.

''வணக்கம் பாலா சார்... நானும் தமிழ் இலக்கியம் படிக்கிறேன். பொதுவா, நான் சினிமா போக மாட்டேன். நம்ம சீனியர் டைரக்ட் பண்ணின படம்னு சொன்னாங்க. அதனால நண்பர்களோட 'சேது' படம் தியேட்டர்ல போய்க் கேட்டேன். ரொம்பப் பாதிப்பா இருந்துச்சு பாலா சார்...'' என்றவன், அருகில் வந்தான். ''உங்களை ஒரு தரம் தொட்டுப் பார்த்துக்கட்டுமா?'' என்றான். கண்கள் பொங்க அவன் கைகளைப் பற்றினேன்.

இரு கரங்களால் என் தலை தொட்டான். நெற்றி வருடினான். கன்னம் தடவினான். தாடையைப் பிடித்தான். அப்படியே தோள்கள் தொட்டவன், ''நீங்க எப்படி இருப்பீங்கனு தெரியாது சார். ஆனா, இங்கே ஒரு வடிவில இருக்கீங்க. எப்பவும் இருப்பீங்க!'' என்றான், தன் நெஞ்சு தொட்டு!

''நம்பிக்கையா இருக்கு சார். பெருமையாச் சொல்வேன் சார்... 'பாலா சார் எங்க சீனியர்'னு!''

பொலபொலவென அழுதுவிட்டேன். அதுதான்... அந்தச் சகோதரனின் வார்த்தைகள்தான் என் வாழ்வில் எனக்குக் கிடைத்த முதல் அடையாளம்... அங்கீகாரம்!

மணிக்கூண்டு மண்டபத்தூணில் சாய்ந்தேன். இடியொலியாய்... சுடரொளியாய்... என் நாடி நரம்பெல்லாம் திகுதிகுவெனத் தீப்பிடித்தது. பாரதி சரியாகத்தான் சொன்னான்...

'தேடிச் சோறுநிதந் தின்று - பல
சின்னஞ் சிறுகதைகள் பேசி - மனம்
வாடித் துன்ப மிக உழன்று - பிறர்
வாடப் பலசெயல்கள் செய்து - நரை
கூடிக் கிழப்பருவ மெய்தி - கொடுங்
கூற்றுக் கிரையெனப்பின் மாயும் - பல
வேடிக்கை மனிதரைப் போலே - நான்
வீழ்வே னென்று நினைத் தாயோ?'